SỐNG HẠNH PHÚC
CHẾT BÌNH AN

ĐẠT LAI LẠT MA THỨ 14
SỐNG HẠNH PHÚC, CHẾT BÌNH AN
THE JOY OF LIVING and DYING IN PEACE
Chân Huyền dịch
(Tiểu đề do người dịch thêm vào)

ISBN: 978-1-62988-455-4
Bìa: Nguyễn Đồng-Nguyễn thị Hợp
Làng Cây Phong in 1999 và tái bản nhiều lần.
Tăng thân Xóm Dừa tái bản 2014

ĐẠT LAI LẠT MA THỨ 14

SỐNG HẠNH PHÚC CHẾT BÌNH AN

(Chân Huyền dịch)

Tăng thân Xóm Dừa
tái bản, 2014

MỤC LỤC

CHƯƠNG MỞ ĐẦU 7

CHƯƠNG 1: TÂM TỈNH GIÁC 25

CHƯƠNG 2: CHẾT BÌNH AN 49

CHƯƠNG 3: SỐNG CÓ Ý NGHĨA 73

CHƯƠNG 4: CUỘC SỐNG TỈNH THỨC 85

CHƯƠNG 5: NHẪN NHỤC 107

CHƯƠNG 6: TINH TẤN 127

CHƯƠNG 7: HÀNH TRÌ CỦA THIỀN GIẢ 153

CHƯƠNG 8: TRÍ TUỆ 183

CHƯƠNG MỞ ĐẦU

Tôi xin tặng những bài giảng này cho những người không có thì giờ để học hỏi nhiều. Tôi không có gì để nói khác hơn những chuyện đã nói trước đây. Vậy, xin quý vị đừng đọc sách chỉ để có thêm kiến thức hay thêm những từ ngữ mới mà nên cố gắng dùng những điều tôi giải thích để chuyển hóa Tâm mình. Nếu chỉ nghe hoặc đọc thôi không đủ, quý vị nên thực tập những gì học hỏi được, luôn luôn cố gắng áp dụng những điều đó vào các sinh hoạt tâm linh. Như vậy thì giáo pháp mới có ích lợi thực sự.

Chính Bụt (Buddha) đã nói: "Đừng làm các việc ác, hãy ráng tu nhân tích đức, làm điều lành và chuyển đổi toàn diện tâm thức mình". Đó là giáo pháp của Như Lai. Chúng ta nên nghe theo lời Bụt dạy vì trong thâm tâm tất cả chúng ta, không ai muốn bị đau khổ, người nào cũng muốn sống hạnh phúc. Khổ đau là kết quả của những hành động sai lầm và bất thiện trong khi hạnh phúc là kết quả của những hành nghiệp tốt đẹp. Tuy nhiên, muốn bỏ điều xấu, làm điều tốt, chúng ta không thể chỉ thay đổi cách nói năng hoặc hành động mà chúng ta chỉ có thể làm được chuyện này bằng cách chuyển hóa cái Tâm của mình.

Trong đời sống, chúng ta nên hành động một cách thông minh, có mục đích và phải biết coi các mục tiêu đó có thể thực hiện được chăng. Trong truyền thống tu học Phật Giáo, mục tiêu của chúng tôi là đạt tới Niết Bàn tịch tĩnh, tới quả vị Bụt. Loài người chúng ta may mắn có khả năng đạt tới các mục tiêu này. Quả vị Giác Ngộ mà chúng ta tìm kiếm chính là sự tự do nhờ vượt thoát được những vọng tưởng thiêu đốt tâm tư.

BẢN TÂM THANH TỊNH

Bản chất của Tâm vốn dĩ thanh tịnh, những cảm xúc bất an làm khổ chúng ta chỉ là những lầm lẫn nhất thời. Tuy thế, chúng ta không thể loại bỏ những cảm thọ tiêu cực đó bằng cách cắt bớt một số tế bào trong bộ não. Kỹ thuật giải phẫu tối tân nhất ngày nay cũng không thể làm được chuyện này. Cách duy nhất là chúng ta phải chuyển hóa được tâm thức của ta.

Đạo Phật dạy rằng Tâm là nhân duyên chính khiến ta bị luân hồi. Nhưng cũng chính Tâm lại là cái duyên lớn nhất giúp ta thoát vòng sinh tử. Sự giải thoát này thực hiện được khi ta kiểm soát được những ý nghĩ bất thiện và phát huy được những tư tưởng tích cực, hướng thiện. Điều cần biết là công việc chuyển đổi này đòi hỏi sự kiên trì nhiều năm trường. Chúng ta đừng nên mong có kết quả tức thời.

Hãy nghĩ tưởng tới các vị thầy lớn trong quá khứ. Quý ngài đã chịu rất nhiều gian khổ trong việc thực chứng tu tập. Cuộc đời tu hành của Bụt Thích Ca là tấm gương toàn thiện nhất cho chúng ta.

Vì lòng từ bi đối với chúng sinh, Bụt Thích Ca (Buddha Sakyamuni) ra đời trước đây hơn 2500 năm tại Ấn Độ. Ngài lọt lòng mẹ đã là một Hoàng Tử. Ngay từ khi còn nhỏ, Ngài đã có nhiều hiểu biết và từ bi. Ngài hiểu rằng bản chất chúng ta là ai cũng ưa sống hạnh phúc, không ai muốn bị đau khổ. Khổ đau không phải lúc nào cũng do ngoại cảnh đưa tới cho ta. Không phải chỉ đói kém hoặc bị hạn hán mới khổ. Trong hai trường hợp trên, chúng ta có thể tự bảo vệ, chẳng hạn bằng cách tích trữ lương thực. Nhưng những nỗi khổ như Sanh, Già, Bệnh, Chết, là những cái khổ liên hệ tới bản chất sâu xa của dòng đời, thì chúng ta không thể giải quyết bằng những điều kiện ngoại biên được. Ngoài ra, chúng ta còn có sẵn trong mình một cái tâm không thuần hòa, có thể tiếp nhận đủ mọi vấn đề rắc rối. Nó chứa đựng nhiều tư tưởng bất thiện, tiêu cực như nghi ngờ, sân hận. Khi tâm ta còn bị những tư tưởng tiêu cực này bủa vây, thì dù ta có quần áo lụa là để mặc, thực phẩm tuyệt hảo để ăn, chúng cũng không giúp ta giải quyết được vấn đề.

Bụt Thích Ca đã để tâm quán sát những chuyện đó, và quán tưởng về bản chất của chính cuộc đời ngài. Thấy mọi người đều khổ, ngài cũng biết rằng chúng ta sở dĩ khổ vì có cái tâm vô kỷ luật. Ngài thấy rằng tâm ta chạy như thú hoang đến nỗi nhiều đêm ta mất ngủ. Đối diện với cái tâm chất chứa những đau khổ và khó khăn của con người, ngài dùng trí tuệ để tìm xem phải chăng có một phương cách nào giúp cho người ta thoát được những khổ đau đó?

Bụt cho rằng sống cuộc đời vương giả trong cung điện không phải là phương cách thoát khổ mà có thể nó còn là một trở ngại nữa. Vậy nên ngài từ bỏ hết thảy những tiện nghi hoàng gia, kể cả liên hệ với vợ con, để sống cuộc đời của kẻ không nhà. Trong việc tìm đạo, ngài học với nhiều vị thầy, lắng nghe họ dạy dỗ. Ngài học được ít nhiều từ các vị thầy này, nhưng không ai đưa ra được con đường thoát khổ một cách tuyệt đối. Ngài tu khổ hạnh rất nghiêm mật trong sáu năm. Từ bỏ cuộc đời sung sướng của hoàng gia và tu khổ hạnh nhiều năm giúp cho ngài có đủ duyên phát triển trí tuệ trong khi thiền quán. Ngồi dưới gốc cây Bồ Đề, ngài vượt thoát được tất cả mọi chướng ngại và đạt được quả vị Giác Ngộ. Sau đó, ngài bắt đầu giảng dạy, chuyển pháp luân, căn cứ vào những kinh nghiệm và sự thực chứng của chính mình.

HỌC THEO BỤT THÍCH CA

Khi nói về Bụt, chúng ta không nói tới một con người đã có tỉnh thức ngay từ khi ra đời. Bụt bắt đầu giống y như chúng ta. Ngài là một con người bình thường như chúng ta, cũng nhìn thấy cái khổ của sanh, lão, bệnh, tử. Ngài cũng có những tư tưởng và cảm thọ sướng-khổ, y như chúng ta. Nhưng nhờ vào ý chí tu luyện quyết tâm và kiên trì, ngài đã đạt được những quả vị tỉnh thức đưa tới tình trạng toàn giác.

Chúng ta nên nhìn ngài như một tấm gương để noi

theo. Chúng ta đã ra đời với tư cách một con người tự do và may mắn. Dù đã phải chịu ít nhiều khổ đau, chúng ta vẫn may mắn có trí thông minh, có sự tỉnh thức không khác gì ai. Chúng ta lại được nghe những lời giảng dạy thâm sâu của Bụt, và hơn nữa còn có khả năng hiểu được Phật pháp. Từ thời Bụt Thích Ca (Buddha Sakyamuni) tới nay, các Phật tử đã nhìn Bụt và các đệ tử giỏi của ngài như những tiền nhân đáng noi gương.

Dù chúng ta sanh ra là một con người bình thường, chúng ta cũng nên ráng lợi dụng những duyên may quý báu này trước khi chết để thực chứng phần nào Phật pháp. Làm được vậy, chúng ta sẽ không còn sợ chết. Một người tu tập giỏi có thể chết bình an không hối tiếc gì vì người đó đã xử dụng được tiềm năng của họ. Trái lại, làm người mà chúng ta không mang được dấu ấn tích cực nào vào trong tâm thức, chỉ lưu giữ những gì phiền trược, thì chúng ta đã lãng phí đời mình. Gây đau khổ hay chết chóc cho con người hay các loài khác, ta giống như loài quỷ chứ chẳng giống người. Vậy nên hãy sống cho xứng đáng với kiếp Người, đừng làm một thứ phá hoại.

THỰC HÀNH THEO GIÁO PHÁP

Trên thế giới, có khi người ta nhân danh tôn giáo để gây ra chiến tranh. Chuyện này xảy ra khi chúng ta coi tôn giáo là một thứ nhãn hiệu chứ không thực hành theo giáo pháp của tôn giáo đó. Tu tập phần tâm linh là một phương cách giữ gìn kỷ luật cho tâm trí ta. Nếu chúng ta để cho những tư tưởng bất thiện hướng dẫn, không bao giờ chịu gắng sức chuyển hóa chúng; nếu chúng ta dùng giáo pháp chỉ để làm cho tự ái tăng trưởng hơn, thì giáo pháp có thể trở thành mầm mống của chiến tranh. Trái lại, nếu chúng ta thực tập để chuyển hóa tâm mình, thì không bao giờ nó sẽ là nguyên nhân gây ra xung đột.

Có quá nhiều người chỉ nói giáo pháp trên môi lưỡi. Thay vì dùng giáo pháp để trừ khử những tư tưởng bất thiện của mình, họ lại nắm lấy nó như một thứ của cải mà họ là chủ nhân. Họ dùng giáo pháp để gây ra chiến tranh hay thúc đẩy các hoạt động phá hoại khác. Dù là đệ tử theo đạo Phật, đạo Ấn Độ, đạo Thiên Chúa, Do Thái giáo hay Hồi giáo, chúng ta không nên hài lòng chỉ với cái danh hiệu mà thôi. Điều quan trọng là ta biết rút tỉa ra những thông điệp được giảng dạy trong các truyền thống tôn giáo khác nhau này, để chuyển đổi tâm thức vô kỷ luật của ta. Nói tóm lại, là con Bụt, chút ta nên noi gương Bụt Thích ca.

TU TẬP KHÔNG DỄ

Đôi khi suy ngẫm trên cuộc đời Bụt Thích Ca, tôi cảm thấy mắc cỡ. Dù giáo pháp của ngài được giảng dạy theo nhiều trình độ khác nhau, nhưng Bụt trong lịch sử rõ ràng đã khổ tu trong 6 năm liền. Điều này chứng tỏ rằng cái tâm ta không thể được chuyển đổi bằng cách chỉ ngủ, sống thoải mái và hưởng thụ những tiện nghi. Nó cũng chứng tỏ ta chỉ có thể đạt đạo sau một thời gian dài tu luyện khó khăn. Thật không dễ gì mà đạt tới một trình độ tâm linh trong một thời gian ngắn hoặc khi ta không cố gắng. Ngay cả Bụt, người đề xướng ra giáo pháp mà chúng ta theo đây, cũng còn phải khổ luyện như thế! Chúng ta làm sao mà hy vọng đạt được giác ngộ khi ta chỉ tu tập ít nhiều và an vui với sự thanh thản? Nếu đọc chuyện các bậc đại sư thời xưa, ta thấy rằng họ đã khổ công quán tưởng và thiền tập trong ẩn mật. Họ không dùng con đường tắt nào khác.

Nếu chúng ta thực tâm quy y Bụt, ta phải nhìn vào ngài như tấm gương để noi theo. Muốn khổ công tu luyện cũng phải biết tu thế nào, không phải cứ cố gắng khổ cực là giác ngộ được. Trong đạo Bụt, chúng ta cần có niềm tin và sự tận tụy, nhất tâm, nhưng thêm vào đó ta cũng phải có trí tuệ sáng suốt nữa. Dĩ nhiên ta có thể đạt tới một mức phát triển tinh thần nào đó nhờ nỗ lực và tín tâm, nhưng muốn tới bờ giác, chúng ta cần phải có trí tuệ.

Để có thể nuôi dưỡng những đức tính và phát triển các tính thiện đã có sẵn, ta cần hiểu là trí tuệ cũng có nhiều trình độ. Điều quan trọng là ta biết chú tâm ta vào một đối tượng đáng quán chiếu. Một người thông minh nếu không có cơ hội, thì anh hay chị ta cũng không có cơ hội dùng trí tuệ của mình cho một đối tượng thích hợp. Muốn có sự hiểu biết lớn, ta cần tìm những cơ hội có thể áp dụng giáo pháp vào đời sống. Vậy nên Bụt không dạy ta chỉ cần có lòng tin vào Bụt là đủ. Đầu tiên, Bụt dạy về Tứ Diệu Đế rồi căn cứ vào đó ngài giảng dạy theo nhiều trình độ, đưa ra những phương cách khác nhau cho đại chúng học theo.

HẠNH PHÚC - KHỔ ĐAU ĐỀU DO CHÍNH CHÚNG TA

Kinh điển do Bụt giảng dạy đã được dịch ra tiếng

Tây Tạng gồm trên 108 cuốn, chứng tỏ ngài đã giảng dạy rất nhiều. Nhiều kinh điển còn chưa được phiên dịch ra ngôn ngữ Tây Tạng nữa. Học đạo đàng hoàng, ta sẽ có lòng tin và có trí tuệ. Ta nên cố gắng học cho hiểu và hành trì những lời Bụt dạy, ta sẽ phát triển được trí tuệ và lòng từ bi. Dần dà, ta sẽ giữ được kỷ luật cho tâm mình. Theo triết lý Phật giáo, chúng tôi không tin rằng mọi sự vật được hình thành hay chủ động bởi những yếu tố bên ngoài. Chúng tôi cũng không tin sự vật có những nhân duyên bất biến. Chúng tôi cho là hạnh phúc hay đau khổ là do chính mình tạo ra. Tính chất của các hành nghiệp chúng tôi làm ra tùy thuộc tình trạng của tâm thức mình, tùy tâm có kỷ luật hay không mà thôi.

Khó khăn và khổ đau tới từ cái tâm vô kỷ luật. Vậy nên, hạnh phúc thật sự ở ngay trong tay ta. Chúng ta tự gánh lấy trách nhiệm, chúng ta không thể mong đợi người khác mang tới cho ta hạnh phúc. Muốn được hạnh phúc, ta cần nhận biết những nhân duyên tạo ra nó, rồi phát triển những cái duyên này. Trong khi đó, ta nhận diện những nguyên nhân gây khổ đau, rồi loại bỏ chúng đi. Nếu ta biết nên tập những gì, nên bỏ những gì, thì ta tự nhiên là được sung sướng.

Căn nguyên của đau khổ là vô minh. Vô minh có nghĩa là quan niệm sai lầm về tự ngã. Tất cả những khổ đau vô lượng chúng ta gặp đều do quan niệm sai lầm này. Vậy nên khi nói rằng Bụt vì lòng từ bi mà loại trừ mọi tà niệm, có nghĩa là Bụt do lòng từ bi mà làm lợi cho muôn loài. Muốn vậy, ngài đã dạy nhiều giáo pháp có trình độ khác nhau để ta thoát được vô minh và những tư tưởng bất thiện. Ai học theo ngài, hiểu được chánh kiến và thực tập được thì sẽ thoát được Khổ. Chúng ta kính ngưỡng Bụt Thích ca vì ngài đã dạy ta những giáo pháp thâm diệu như thế.

HẠNH PHÚC DO LÒNG TỪ BI

Bụt là nơi nương tựa đáng tin cậy vì ngài đã phát triển tâm từ bi và dùng hết cuộc đời ngài để nuôi dưỡng tâm đó. Trong đời sống bình thường cũng vậy, người đáng tin hay không là người có lòng từ bi hay không. Khi một người thiếu lòng từ bi, thì dù họ học cao và thông minh, ta cũng không thích nương tựa vào họ. Học giỏi không đủ, điều căn bản của con người biết giúp ích kẻ khác chính là lòng từ bi. Một con người có lòng từ bi hay có ý thiện muốn làm điều tốt lành cho người khác, thì ta có thể yên tâm tin vào họ. Đức tính quan trọng nhất của Bụt là lòng từ - là ý muốn mang lợi lạc tới cho muôn loài. Vì ngài đã phát triển được những tính thiện nơi ngài, nên Bụt có đủ khả năng giải thích về sự quan trọng của những đức tính đó. Vì ngài đã thực chứng được nên ta có thể nương tựa vào ngài.

Bụt Thích Ca, vị sáng lập ra đạo Bụt, là con người vững chãi, toàn thiện, ta có thể nương tựa ngài một cách an toàn. Nhưng không phải chỉ trông vào sự toàn thiện của ngài, ta còn phải thực tập theo gương Bụt. Ta phải biết cách bỏ những con đường bất thiện để đi vào các nẻo thiện. Dù không được học hỏi trực tiếp với ngài, nhưng nếu chúng ta hiểu biết ít nhiều về những giáo pháp này, thì ta đã có thể đối đầu với những khó khăn và khổ lụy một cách tốt đẹp hơn.

Cứ tưởng tượng có hai người cùng gặp một vấn đề. Tùy theo họ hiểu đạo hay không mà họ sẽ có những thái độ và phương cách khác nhau để ứng xử. Thay vì làm giảm bớt khổ lụy, người không biết đạo lại làm cho tình trạng bết bát hơn vì giận hờn, ghen ty, vân vân... Con người có chút tỉnh thức và hiểu biết, sẽ có tinh thần để ứng xử cởi mở hơn, thẳng thắn hơn. Với chút ít hiểu biết về Phật Pháp và kinh nghiệm tu tập, dù ta chưa thể chấm dứt mọi khổ đau, ta cũng có thể đối diện với chúng một cách dễ chịu rồi. Như vậy, nhờ giáo pháp mà chúng ta được lợi lạc trong đời sống hàng ngày.

Cuộc đời vô thường như mây mùa Thu. Sinh tử của muôn loài có thể coi như những màn kịch. Con người sinh ra, chết đi nào khác những vai trò các nghệ sĩ đóng tuồng ra vô trên sân khấu. Vì sự vô thường đó mà chúng ta không thể có an bình. Ngày nay, hãy biết mình may mắn được làm Người. So sánh với súc vật và quỷ dữ trong địa ngục, đời sống con người thật đáng quý. Nhưng dù nó đáng quý tới đâu thì chúng ta rồi cũng sẽ phải chết. Suy ngẫm về cuộc đời người ta từ khi sanh ra tới lúc chết đi, ta không thấy có hạnh phúc trường cửu, và cũng không có an toàn.

Ngay sự sanh cũng đã kèm theo đau khổ. Sau đó ta phải đối diện với những vấn đề như bệnh tật, già nua, gặp cảnh bất như ý hay khi không đạt được những gì mình ưa thích. Một vài vấn đề ta phải đối diện như chiến tranh thì do chính con người gây ra. Nhưng tựu chung, khi nào còn sống trong cõi luân hồi này, khi nào còn bị những cảm thọ phiền não - một thứ độc dược - xâm nhập tâm trí, thì chúng ta còn đau khổ, không có hạnh phúc hay an bình lâu dài.

Tất cả các phần tử của cây độc dược - trái, hoa, rễ, lá và cành- tất cả đều bị chất độc ngấm vô. Vì mọi sinh hoạt của chúng ta đều bị ảnh hưởng bởi những cảm thọ xao động này, ta sẽ sớm muộn gặp vấn đề và khổ đau. Vì bệnh và chết là tính cách tự nhiên của đời sống, ta không nên ngạc nhiên khi bị đau ốm hay tử vong. Nếu không thích bệnh không thích chết, vậy thì ta nên chấm dứt vòng luân hồi. Ta nên chấm dứt, không sanh ra trong cõi này nữa. Khi nào tham sân si còn ở trong ta, thì ta sẽ gặp cảnh khổ hoài hoài. Khi tâm trí bị phiền trược, ta không thể có bình an. Câu hỏi quan trọng là: làm sao cho ta dứt được chúng?

BẢN CHẤT CỦA TÂM

Những cảm xúc phiền trược không phải là bản chất của tâm. Vì nếu chúng là tâm thì khi nào tâm có mặt chúng cũng có mặt. Không phải vậy. Tỷ dụ, một người có thể rất nóng tính, nhưng đâu phải người đó nổi nóng suốt ngày? Người khó thương cũng vẫn đôi khi dễ chịu, tươi cười. Vậy nên, những cảm xúc phiền não trong ta dù rất mạnh mẽ, chúng cũng không phải là những thứ dính chặt vào tâm ta. Chúng không phải là tâm.

Phiền não là do vô minh. Giống như khả năng tiếp xúc có mặt trên toàn thân thể ta, vô minh xâm nhập tất cả những cảm xúc tiêu cực trong ta. Không có phiền não nào mà không liên hệ tới vô minh. Vậy thời ta phải tìm hiểu coi vô minh là gì. Đó chính là tình trạng rất tiêu cực của

Tâm gây ra tất cả những phiền não cho ta. Nó chính là cái nhân đưa ta vào vòng luân hồi. Dù vô minh hay chấp ngã rất mạnh, nhưng đó chỉ là một tâm thức sai lầm. Có những thành tố của tâm thiện (gọi là tâm sở thiện), có thể chống lại với tâm vô minh. Nếu ta dựa vào chúng, ta sẽ nhổ được gốc vô minh. Bản chất của tâm là trong sáng và tỉnh thức. Trong bản tâm, không có những phiền não. Đó chỉ là sự che lấp cái tâm chân thật. Vậy nên tâm chân thật có thể nhổ bật gốc rễ của vô minh. Một ngày nào đó, ta sẽ giác ngộ: tâm ta trong sáng, tỉnh thức hoàn toàn.

NIẾT BÀN TRONG TÂM

Hiện nay có thể bạn chưa thực chứng được lòng tin tưởng vào những chân lý này. Nhưng nếu bạn chịu học hỏi và áp dụng luận lý, phân tích học, bạn sẽ dần dần tin vào khả năng dứt bỏ được những cản trở đó của Tâm. Đại cương, ta có thể nói Niết Bàn chính là sự vắng mặt của phiền não, và ta có thể đạt tới Niết Bàn ngay trong tâm ta. Vì ta không muốn bị khổ và ta có thể đạt tới Niết Bàn, ta cần quán tưởng về cái khổ. Nếu hiểu được sự luân hồi và bản chất của khổ, ta sẽ tu tập Giới - Định và Tuệ. Khi thấy vật gì đẹp tới đâu, ta cũng sẽ hiểu rằng nó có tính chất gây khổ đau.

Để có hứng khởi muốn đạt tới cảnh giới Niết Bàn, ta nên có ý muốn đạt được một cảnh đời tốt đẹp hơn trong tương lai. Trước đó, ta phải biết quý trọng cuộc đời hiện tại đã. Nếu ta không hiểu được mục tiêu của đời sống hiện tại, cũng không biết cách sống sao cho phát triển được lòng từ bi, thì có lẽ ta chẳng cần bàn tới chuyện đạt tới đời sống tốt đẹp hơn sau này. Vì ta có thể thoát vòng sinh tử, nên điều căn bản là ta phải muốn tu học để làm hiển lộ Phật tánh. Muốn nuôi dưỡng ý hướng này, ta nên quán chiếu về sự khao khát hạnh phúc và ghét khổ đau của mọi loài cũng như mọi người. Vậy, mỗi chúng ta đều nên phát nguyện giúp tất cả chúng sanh đạt tới quả vị Phật. Muốn đạt tới mục tiêu đó, ta cần thực tập con đường giải thoát.

Kinh điển nói tới Quy y Bụt, Pháp và Tăng để được giác ngộ. Nói chung chúng ta có thể nương tựa vào nhiều phương pháp. Khi bị cháy nắng, ta nương vào bóng mát của cây. Khi đói, ta nhờ tới thực phẩm. Tương tự như vậy, khi muốn được lợi lạc nhất thời, ta có thể nương tựa vào các thần quyền địa phương. Trong các tôn giáo khác nhau, chúng ta thấy nhiều giáo pháp để nương tựa. Trong đạo Bụt, thì Niết Bàn tịch tĩnh hay tình trạng thoát khổ tuyệt đối, chính là nơi ta nương tựa.

Niết Bàn hay trạng thái an lạc hòa bình là gì? Dù chúng ta không thích đau khổ, ta vẫn cứ khổ vì tâm ta bị những phiền não chiếm ngự. Do cái tâm không kỷ luật này mà ta tích lũy những cảm thọ tiêu cực. Tâm vô kỷ luật chính là nguyên nhân của phiền não. Nếu ta dứt bỏ được cái nguyên nhân này, ta sẽ đạt tới trạng thái dứt khổ, gọi là giải thoát hay Niết Bàn, là hạnh phúc trường cửu. Do đó, ta nương tựa vào Phật Pháp.

Để có thể thật sự dứt khổ, ta phải đi theo chánh đạo. Ta cần nuôi dưỡng những tính thiện trong ta. Khởi đầu, ta chỉ nhận biết rằng tâm ta là đối tượng của ngu si, thiên kiến và lầm lẫn. Khi sự hiểu biết về bản chất các pháp của ta tăng tiến, ta sẽ nghi ngờ, tìm hiểu coi mọi sự vật chúng có tự tánh riêng chăng?. Ta sẽ dần dà hiểu rằng những đối tượng trước đây ta thấy hoàn toàn tốt đẹp mà ta mê thích, thực sự chúng có bản chất riêng trong tự thân chúng hay chăng.?

Tương tự như vậy, những gì làm ta giận dữ có tự tánh độc lập không?. Càng quen thuộc với những suy ngẫm này, ta càng tiến sâu vào sự hiểu biết và thực chứng. Kết quả là ta sẽ có khả năng phát triển trí tuệ và thực chứng về tự tánh Không của mọi sự mọi vật. Chuyện này y như thắp lên một ngọn đèn sáng tại nơi tối tăm. Nhưng không có nghĩa là chúng ta có thể giác ngộ được ngay, vượt thoát vô minh tức thì như khi ta bật ngọn đèn điện. Phát huy những tính thiện trong tâm phải có thời gian, từ từ mới làm được.

Những tôn giáo khác có nhiều phương pháp phát triển tình thương và lòng bác ái, nhưng không có truyền thống tâm linh nào giải thích rằng mọi sự vật trống rỗng, rằng vạn pháp đều nương vào nhau (tương tức tương nhập). Chỉ có đạo Bụt cho rằng ta sẽ được giải thoát khi hiểu được tánh Không, bản chất thật sự của vạn vật. Vậy nên, chỉ có Bụt, Pháp và Tăng là tam bảo xứng đáng cho những ai mong được giải thoát nên nương tựa vào. Đức Bổn Sư Thích Ca Mâu Ni đã dạy chúng ta như vậy.

Ta quy y, nương tựa vào Phật, Pháp và Tăng giống như ta không còn lối nào khác để đi. Có nhiều loại tín ngưỡng. Trong niềm tin tưởng sáng láng, trong lành, ta quý trọng tính thiện của Bụt, Pháp và Tăng. Rồi tới lòng tin vì tín nhiệm, và tín tâm khao khát muốn cố gắng đạt tới những quả vị giống như tam bảo. Nếu ta cố gắng như vậy, chắc chắn kiếp sau ta sẽ khá hơn. Khi ta tu tập hàng ngày, khi chết, ta sẽ không nuối tiếc chi nữa. Điều quan trọng lúc lâm chung là làm sao ta giữ được thiện tâm và những ý hướng thiện, trong lành. Bạn có thể thực hiện được điều ấy vì bạn đã tu tập trong đời sống hàng ngày. Nếu ta tỉnh thức được khi sắp lìa đời và hướng tâm về đường thiện, chắc chắc khi tái sinh, bạn sẽ tới được chỗ tốt đẹp hơn.

CUỘC ĐỜI QUÝ GIÁ

Học hỏi về các trình độ giác ngộ, và các giáo pháp đưa tới tình trạng hướng thiện đó là điều rất ích lợi cho tâm ta. Khi học, ta sẽ muốn cố gắng làm theo những bài giảng, và chắc chắn sẽ tiến bộ về tinh thần, có thể đi tới giác ngộ. Đừng nghĩ rằng mình không đủ thông minh để học hành như vậy. Chớ bỏ qua cơ hội được học hỏi giáo pháp kẻo lỡ mất dịp may. Mọi loài chúng sinh, kể cả loài sâu bọ, cũng được cho là có Phật tánh. Loài người chúng ta có cái may mắn là có khả năng hiểu được Phật pháp.

Khi nghe hay đọc về giáo pháp, ráng áp dụng để hiểu được những tính bất thiện và làm hiển lộ được trong tâm mình những tính thiện. Nếu ta không nhìn thấy những khuyết điểm của mình, thì ta không thể tiến bộ được. Người ta thường như vậy, khi không chú ý đặc biệt, ta không thể nhận ra được những lỗi lầm của chính mình. Thường ta hay kêu ca rằng ta không làm gì sai quấy hết. Tự xét mình là chuyện tối quan trọng. Ta có thói quen sống mà không hay biết mình đã làm những gì. Ta phải làm sao để làm tôn vẻ đẹp của tâm lên. Tôi không có nhiều kinh nghiệm lắm, chỉ chút ít thôi, nhưng tôi bảo đảm với bạn rằng bạn có thể làm được như vậy.

Chúng ta đã thấy cuộc đời quý giá vô cùng vì ta có tự do và nhiều may mắn. Nhưng chuyện này không kéo dài mãi mãi. Sớm muộn ta sẽ phải đối diện với cái chết. Nếu bị đọa vào kiếp tệ hơn, thì ta sẽ khó có cơ hội gặp Phật pháp. Ta sẽ triền miên bị đau khổ. Chúng ta rất cần tu tập ngay để có thể bảo tồn được những tính thiện, loại trừ tính ác, trong hiện tại và trong tương lai. Như vậy chúng ta sẽ thực chứng được ít nhiều con đường thoát khổ. Hiểu rõ chuyện này, ta sẽ biết ơn Bụt, người thầy có giá trị và đáng tin biết bao. Ta cũng sẽ hiểu thêm được giáo pháp của ngài.

Được sinh ra trong hoàn cảnh tốt hơn, làm người hay làm thần cũng chưa đủ. Khi nào ta còn chưa dứt bỏ được phiền não trong tâm, ta vẫn chưa thực chứng được an lạc và hạnh phúc vĩnh cửu. Khi đã hiểu chút đỉnh về chánh đạo và con đường thoát khổ, ta sẽ biết được các đối lực của phiền não mạnh ra sao, và sự giải thoát là có thật. Tới đó, ta sẽ nuôi dưỡng ý hướng muốn đạt tới Niết Bàn, thoát được những mọi nỗi khổ. Nhưng như thế cũng chưa đủ. Ta phải đi xa hơn, nuôi lòng mong ước giúp cho tất cả chúng sinh đều thoát khổ.

Tôi đã giảng về những kinh nghiệm của riêng tôi, nghĩ rằng như vậy có ích lợi cho các bạn nhất. Chúng ta tu học thì nên nhìn xa. Ta khởi đầu với một căn bản vững vàng, xây dựng một cái gì có giá trị tâm linh. Dĩ nhiên ta cần thời gian, nhưng khi bắt đầu mà biết nhìn xa và cố gắng liên tục, thì ta có thể từ từ sẽ đạt được vài kết quả. Dù quả vị

Phật là chuyện xa vời, nhưng khi thực tập hàng ngày, ta nên bắt đầu trên căn bản đó. Cuối cùng thì ta cũng có thể đạt tới giác ngộ. Để có thể thực tập, ta phải biết làm gì và làm cách nào, nên ta cần nghe hay đọc những bài giảng như vầy.

CHƯƠNG 1

TÂM TỈNH GIÁC

Đạo Bụt đặt trọng tâm vào sự tìm hiểu nội tâm và thực tập để phát triển nó. Theo quan điểm Phật giáo, học hay dạy Phật pháp không phải chỉ là chuyện thuần lý thuyết. Chúng ta học hay dạy Phật pháp để cho cái tâm vô kỷ luật của ta vào khuôn phép. Như vậy ta sẽ đánh thức được Phật tánh trong ta. Ta có khả năng dẹp hết những chướng ngại trong tâm và kết quả là ta đạt tới những quyền năng phi thường.

Tôi rất sung sướng khi thấy nhiều người không phải là Phật Tử nhưng vẫn muốn học đạo Phật. Những triết thuyết của các truyền thống khác nhau trong Phật giáo có thể thích hợp với những khả năng và nhu cầu dị biệt của mọi người. Tất cả những giáo pháp khác biệt này đều có chung mục đích là giúp cho con người hướng thiện hơn, sống cuộc đời tốt đẹp hơn. Vậy nên, các tôn giáo hài hòa với nhau là điều vô cùng quan trọng. Muốn vậy, chúng ta cần phải hiểu nhau rõ hơn.

Đây là giáo pháp của Bụt, trước hết chúng ta hãy tụng hai câu kệ quy y Bụt, Pháp và Tăng: "Cho tới khi được giác ngộ, con xin nguyện luôn nương tựa vào Bụt, vào Pháp và vào Tăng."

Đây là giáo pháp Đại thừa, nhằm giúp cho tất cả mọi loài đều được giải thoát. Chúng ta có hai câu kệ sau đây, nói về sự nuôi dưỡng tâm tỉnh giác: "Với thành ý đọc và nghe những lời giảng pháp này, xin cho con được chứng ngộ để độ cho tất cả chúng sanh."

Tâm tỉnh giác là ước mong đạt được quả vị Phật để giải thoát chúng sanh khỏi cảnh khổ đau. Muốn phát triển tâm tỉnh giác, chúng ta phải thiền tập chứ không thể chỉ phát triển bằng cách suy tưởng, mong ước và cầu nguyện. Không phải chỉ hiểu xuông bằng tinh thần là được. Cũng không thể chỉ cần được Phật độ cho là xong. Ta chỉ có thể đạt tới giác ngộ hay tỉnh giác bằng thiền quán sâu xa và trường kỳ. Muốn duy trì thiền quán vào tâm tỉnh giác, ta cần biết tới những lợi ích khi ta biết nuôi dưỡng nó. Ta phải có mong cầu rất lớn, mong trau dồi được cái giác tâm này, cảm thấy như đó là một nhu cầu thúc bách.

Nếu ta thiền tập một cách thích thú, ta sẽ dễ thành công hơn. Ý nghĩ cao quý muốn độ cho chúng sanh sẽ đem lại kết quả rất tốt. Đó cũng là cái duyên chính yếu mang lại cho ta hạnh phúc, kiên cường và thành công ở đời. Khi tâm ta đầy nghi ngờ và xấu ác, tự nhiên ta sẽ cho rằng người khác nghĩ bậy về mình. Liên hệ giữa ta và người khác nhuốm đầy những ý tưởng bất thiện này. Đa số trường hợp, chúng đưa ta vào con đường đau khổ. Điều đó tự nhiên. Vậy nên, ngay trong cuộc đời này, ta càng vị tha thì càng sung sướng. Càng sân hận, độc ác, ta càng kém an vui.

Dù ta đi kiếm hạnh phúc cho chính mình hay cho người khác, dù cho ta tìm cầu an lạc ngắn hay dài hạn, ta đều cần có lòng từ bi cao quý. Tương tự như vậy, khi muốn được làm người hay thần linh, muốn được thành công trong những kiếp sau, ta phải phát triển thiện tâm. Được tái sanh trong điều kiện tốt đẹp hơn chính là hậu quả của sự tu tập, chẳng hạn như thực tập giới không sát sanh.

Thật vậy, được sanh ra trong cảnh giới tốt hơn là nhờ đã làm những việc thiện như kiêng sát hại, không trộm cắp, thực hành mười điều lành (thập thiện): Độ sanh (không sát hại), Bố thí (không trộm cắp) và giữ lòng đoan chính (không dâm dục); nói lời chân thật, nói lời hòa giải (không nói dối, không ly gián); nói lời nhã nhặn, nói điều xác thực (không nói lời ác độc, thô lỗ và bịa đặt); không tham lam mà rộng lòng giúp đỡ người khác và giữ được chánh kiến. Chúng ta gom góp những duyên lành để có thể được tái sanh tốt đẹp bằng cách ngưng làm những hành động có hại cho kẻ khác. Căn bản của chuyện này là ta phải có lòng nhân ái đối với họ.

THỰC SỰ NGHỈ NGƠI

Khi gặp bác sĩ, chúng ta thường được khuyên nên nghỉ ngơi. Nhưng nghỉ ngơi nghĩa là gì? Nghỉ không phải chỉ là nằm dài trên giường, mà còn có nghĩa làm cho tâm thần được thoải mái. Dù người y sĩ có giải thích hay không, khi ông khuyên ta nên nghỉ ngơi thì có nghĩa là ta cần được thoải mái, thư dãn về tinh thần, không lo âu nữa, chứ không phải chỉ cần cho cơ thể ngưng hoạt động. Như vậy mới thật sự là nghỉ. Tinh thần ta chỉ được thoải mái khi ta có những cảm nghĩ và thái độ lạc quan. Khi tâm trí ta còn bị những cảm thọ tiêu cực, phiền muộn chế ngự, thì không thể nào thoải mái được. Vậy, ngay trong chuyện sức khỏe, khi ta được yêu cầu nghỉ ngơi, cũng có nghĩa là ta cần có lòng nhân ái, vì đó là cách tốt nhất để ta không bị âu lo.

Vì những duyên do như thế, nên mỗi lần Atisha (vị hiền giả Ấn Độ) gặp ai, ông ta cũng hỏi: « Tâm bạn có bình an không? Cũng như ngày nay chúng ta chào nhau: »Bạn có khỏe không? How are you?». Ngài không hỏi người đối thoại coi họ có lòng tốt hay không, nhưng muốn hỏi coi họ đã sống ngày đó thế nào? Câu hỏi này có tánh cách sâu xa hơn, tôi nghĩ câu hỏi của ngài không phải chỉ có tính cách tôn giáo. Ngài muốn hỏi « Bạn nghỉ ngơi có khỏe khoắn không?» giống như chúng ta hỏi «bạn ngủ ngon không?», vì nghỉ khỏe chính là kết quả của tâm tốt lành.

TỪ BI VÀ TRÍ TUỆ

Dĩ nhiên ta cần nuôi dưỡng thiện thâm, nhưng làm cách nào, đó là vấn đề. Trong việc tu luyện tâm thức để có thiện tâm, ta cần có chánh niệm hay tâm tỉnh giác vì đó là hình thức tối hảo, tối thượng của thiện tâm. Đó là cái tâm thiện vô biên, được bổ túc thêm bằng trí tuệ. Kinh điển giảng về tâm tỉnh giác, cho đó là một tâm thức được hình thành do hai ước vọng: muốn phục vụ tha nhân và mong đạt tới quả vị Phật.

Thế nào là bổ túc bởi trí tuệ hay tâm hiểu biết? Ta xét tới cái tâm muốn nương tựa vào Bụt. Đó là cái tâm muốn chấp nhận rằng Bụt là một thực thể tối thượng, có đủ mọi đức tánh và hoàn toàn tự do. Hoặc ta chỉ coi Bụt là một vị thần linh quý báu, thiêng liêng. Điều này tùy theo lòng tin của mình. Có người chỉ xin nương tựa vào Bụt sau khi đã phân tách, tìm hiểu về bản chất của Bụt, về sự hiện hữu có thể có của ngài. Sau khi nghiên cứu như vậy, ta tin Bụt có thể là một nhân vật có thực. Ta hiểu bản chất của ngài, là người có cái tâm toàn thiện và tự do tuyệt đối, không bị vướng bận vào một ràng buộc nào. Khi hiểu về Bụt, về con người tỉnh thức toàn diện như thế, chúng ta hoàn toàn tin tưởng để quay về nương tựa ngài. Niềm tin này mạnh mẽ và kiên cố hơn là chỉ có tín tâm tôn giáo mà thôi.

Nuôi dưỡng tâm tỉnh giác cũng tương tự như vậy. Có thể có những vị Bồ Tát chưa hiểu rõ về tánh Không, nhưng tâm họ khao khát đáp ứng được mọi ước nguyện của chúng sanh. Do ước vọng đó, họ có thể nảy sinh ra tâm ý muốn đạt đạo để giúp cho mọi người và mọi loài. Nhưng thường khi nói tới tâm tỉnh giác, ta nói tới ý nguyện muốn tìm hiểu coi có thể chấm dứt được khổ đau cho đại chúng không, và nếu được thì nên làm cách nào để giúp chúng sanh dứt khổ. Căn cứ vào các tư tưởng đó, ta xét tới ý nghĩa của sự giác ngộ, theo hai điều sau đây:

- Từ bi là đối với chúng sanh

- Trí tuệ chủ về sự giác ngộ.

Khi chúng ta nuôi dưỡng cái tâm cao quý mong được giác ngộ để giúp chúng sanh, vì biết ta có thể đạt tới trình độ đó, thì tâm ta trở nên huyền diệu và kiên cường.

Sự khác biệt sẽ rất lớn lao khi tâm từ bi được trí tuệ hỗ trợ. Bình thường khi nhìn vào chúng sanh khốn khổ, ta sanh ra một tâm niệm rất mãnh liệt muốn giúp họ đỡ khổ, vì ta không chịu nổi những cảnh đau lòng đó. Nhưng nếu ta nhìn và phân tích sâu hơn, ta sẽ hiểu vì đâu mà họ khổ và biết họ có khả năng nuôi dưỡng những yếu tố diệt khổ của chính họ. Ta có thể nhìn ra những điều đó trong người kia nhưng chính họ thì bị bấn loạn trước các sự kiện, và không biết cách phát hiện những yếu tố tích cực nói trên. Ta có thể nhìn thấy người kia không những đang bị đau khổ mà còn đang bị vướng vào những hành nghiệp bất thiện nữa. Họ đang bị lầm lạc, hướng vào những hành xử gây ra đau khổ liên tục trong tương lai.

Chúng ta sẽ khởi lên những tâm niệm từ bi, thương xót chúng sanh khi nhìn rõ khả năng thoát khổ của họ mà vì u mê, họ chưa nhìn ra con đường đó được. Cũng giống như khi ta thấy một con người có thể giải quyết vấn đề của họ rất dễ dàng mà họ không làm nổi vì u mê hay vì thiếu sáng kiến vậy. Nhìn thấy người khác đang khổ, ta nên biết rằng họ cũng giống mình, không hề muốn bị khổ. Ta phát khởi ước mong: "Nếu sự đau khổ này chấm dứt được thì hay lắm, cầu xin cho nỗi khổ đó sớm chấm dứt!". Khi ta đã biết con đường và những phương cách thoát khổ, thì nhìn người kia ta càng thấy thương xót họ nhiều hơn.

Khi tu tập để có tâm tỉnh giác, chúng ta nên có hai mục tiêu: mong đạt tới quả vị Bụt và mong độ được cho người khác. Tâm tỉnh giác hướng về tha nhân, không chỉ lo cho mình mà muốn giúp người, đó là lòng từ bi. Muốn nuôi dưỡng tâm từ bi đích thật, ta không những cần quan tâm tới những người đang đau khổ, mà còn cần coi họ như những con người dễ thương, dễ mến nữa. Đồng thời ta phải có khả năng nhìn thấu bản chất những khổ đau của họ.

Muốn nhận diện rõ ràng những niềm đau nỗi khổ, trước hết ta hãy nghĩ tới những kinh nghiệm mình đã trải qua. Nhận diện theo cách đó dễ dàng hơn. Chúng ta thường nghĩ lòng từ bi và quyết tâm thoát khỏi luân hồi khổ não như hai mặt của một đồng tiền. Quán tưởng về những khổ đau của mình và tập để xả bỏ chúng đi là vì ta có quyết tâm muốn được giải thoát. Khi ta mong giúp người khác thoát khổ, là ta đang nuôi dưỡng tâm từ bi.

TỨ DIỆU ĐẾ

Nền tảng của sự giải thoát khỏi khổ đau là giáo pháp Tứ Diệu Đế. Đây là căn bản quan trọng nhất trong Phật pháp. Tứ diệu đế có thể chia làm hai phần: Khổ đế và Tập đế là những nguyên nhân và các hệ quả của những cảm thọ bất an mà ta muốn thoát ly. Diệt đế và Đạo đế là con đường toàn diện cho những hành nghiệp tương lai. Nếu không học và không đi theo con đường này, mà chỉ quán về hai sự thật đầu (Khổ và Tập), thì chúng ta thật sự đã chỉ tự trừng phạt mình. Thà là ta cứ thoải mái hưởng đời thôi có lẽ còn tốt hơn. Chỉ nghĩ tưởng về cái khổ mà thôi thì nghĩ làm gì? Khi ta được khuyên nên nghĩ về khổ đế là vì do đó, ta sẽ biết cách thoát được khổ. Quán về khổ để ta có quyết tâm vượt khổ, để được tự do. Vì thế mà giáo lý Tứ diệu đế rất quan trọng.

Để giúp chúng ta thiền quán về cái khổ, ta nên biết có ba cái khổ khác nhau. Trước hết khổ vì bị đau đớn. Khổ vì sự thay đổi vô thường và những cái khổ tràn đầy khi sinh sống. Khổ vì đau đớn là do những vấn đề và phiền trược trong cuộc đời. Khổ vì vô thường liên quan tới những hạnh phúc giả tạm mà chúng ta mong cầu. Những thứ hạnh phúc này thường chóng tàn, không được lâu bền. Những niềm vui đó thay đổi và trở thành nỗi khổ rất mau, nên ta gọi chúng là những cái khổ vì vô thường. Căn bản của các loại khổ trên đều thuộc về cái thân tứ đại, liên hệ tới nghiệp báo và các cảm thọ phiền não. Do đó mà sinh ra những nhân duyên khiến ta tái sinh liên tục trong cõi luân hồi. Vậy nên chúng ta không thể tránh được khổ khi còn sinh hoạt trong cuộc đời.

CON ĐƯỜNG DIỆT KHỔ

Mỗi sự thật trong tứ đế đều có thể được giải thích căn cứ vào bốn dấu ấn của Phật pháp: vô thường, khổ, không và vô ngã. Sự vật nào do nhân duyên mà thành cũng đều do nhân duyên mà thay đổi và hoại diệt. Vì bản chất của nhân duyên cũng là vô thường, thay đổi từng phút giây, nên chúng tạo ra khổ não. Đó là nguyên nhân của Khổ. Khi quán về những tập hợp mà ta gọi là thân và tâm, ta sẽ hiểu chúng đều có bản chất vô thường. Nó thay đổi từng giây từng phút và là một sản phẩm tùy thuộc vào nhiều nhân duyên mà cái duyên chính là vô minh. Thân tâm ta gồm những tập hợp - sản phẩm của vô minh nên ta có thể hiểu rằng bản chất của nó là khổ.

Khi quán chiếu về sự vô thường đó, ta sẽ hiểu rằng vô minh là nhân duyên chính của sự tập hợp ngũ uẩn trong thân tâm ta. Khi còn là sản phẩm của vô minh, còn liên hệ với vô minh, thì dù ta sanh ra trong hình tướng nào, ta cũng sẽ bị hoại diệt. Dù xấu hay đẹp, to hay nhỏ, thân ta rồi cũng đổi thay. Khi hiểu thấu được điều này, thì ta sẽ không còn bị khó chịu vì những khó khăn nho nhỏ nữa. Ta sẽ hiểu là khi nào chưa thoát được những ràng buộc của phiền não, thì ta chưa thể có chân hạnh phúc. Ta phải luyện tâm như vậy.

Khi thực tập theo lối này, ta sẽ thấy những phiền não, bất an mới chính là kẻ thù thực sự của ta. Tiềm ẩn lặng lẽ trong tâm thức ta từ thuở nào, chúng chỉ mang lại cho ta khổ đau. Khi nhận diện, biết chúng là kẻ thù thì ta có thể khởi sự chống trả chúng một cách hữu hiệu. Các đại sư Tây Tạng thời Kadampa (thế kỷ 12 và 13) thường dạy: "Khi bị những kẻ thù phiền não đè bẹp vì chúng quá mạnh, ta chỉ có cách nghiến răng chống lại mà thôi, đừng chịu thua chúng."

Mặt khác ta nên nuôi dưỡng tâm ý chán ghét những cảm thọ bất an đó. Ta cũng cần hiểu là khi nào còn vô minh, ta không thể nào có hạnh phúc chân thật. Vấn đề là ta có thể loại bỏ được vô minh chăng? Diệt đế chỉ cho ta rất rõ ràng phương cách thoát được cái vô minh đó. Bụt giảng về đế thứ ba (sự diệt khổ) này rất rõ. Ai cũng có Phật tánh - ý này có hai nghĩa: Trước hết, những lầm lỗi do tâm đều vì vô minh;

thứ hai, Phật tánh là thứ ta có thể đạt được. Khi quán và tư duy về hai điều này, ta thấy diệt khổ là chuyện có thể thực hiện. Vì thế nên ta phát sanh tâm nguyện đạt tới giải thoát, Niết Bàn.

Khi thấy những khuyết điểm trong vòng luân hồi, ta có thể tìm được một lối sống nào khác hay chăng? Một khi ta biết có Niết Bàn, ta sẽ khởi tâm muốn đạt tới đó. Tâm bất an là cản trở chính cho sự giải thoát của ta. Vậy nên ta nhìn cái tâm bất an đó như kẻ thù chính và ta sẽ muốn chiến đấu để thắng nó. Trong thực tế, lúc đầu ta khó mà chiến đấu và ngăn chặn kẻ thù này. Vì chánh phạm của bất an là vô minh, muốn hết bất an, ta phải ngăn chặn được vô minh. Yếu tố duy nhất khiến ta thắng vô minh là sự hiểu biết về Vô Ngã.

Để có trí tuệ về vô ngã, không phải ta chỉ cần hiểu nó hoặc thỉnh thoảng tư duy về ý nghĩa của vô ngã mà ta phải nhất tâm quán chiếu về nó, cũng như quán về Không. Ta phải có cái thấy chân thực thì mới từ từ từng bước, loại bỏ được những cảm thọ bất an. Tóm lại, ta cần thiền quán và tập làm quen với cái nhìn vô ngã trong một thời gian dài.

Muốn nuôi dưỡng cái thấy về vô ngã, ta cần thực tập để có định. Nền tảng của sự thực tập này là phải tránh hành xử một cách bất thiện. Trước khi chống chọi với các cảm thọ bất an, ta cần đề phòng những hành xử tiêu cực. Tích lũy những nghiệp xấu đó đây sẽ khiến ta bị những cảm thọ bất an thống trị.

Những ác nghiệp do tâm bất an đưa đẩy có thể tìm thấy trong 10 hành động sai quấy như: trộm cắp, giết hại, tà dâm (Nghiệp thân) và nói dối, lưỡi hai chiều, đàm tiếu, nói thô (Khẩu nghiệp); sau đó là tà kiến, ý muốn hại người và tham đắm (Ý nghiệp). Khi ta có cơ nguy phạm vào một trong 10 điều bất thiện này, ta phải biết kiềm chế và tìm cách hóa giải nó. Như tu tập theo thập thiện chẳng hạn. Muốn vậy, ta phải tin thuyết Nhân-quả và nghiệp báo. Nếu ta gây nhân xấu, thì sẽ gặt quả xấu. Khi làm những việc có bản chất tốt, thì kết quả là ta được an vui. Càng tin ở thuyết "Nhân nào Quả ấy", ta càng tu tập giỏi và lánh xa những con đường bất thiện.

Được sanh ra trong kiếp người là một sự sự cố độc nhất, hãn hữu. Ta cũng giống như các sinh vật khác, nhưng con người đặc biệt hơn vì có trí thông minh và khôn ngoan. Khi hiểu rằng kiếp người đáng quý và có giá trị, ta sẽ biết dùng trí khôn của mình để đi vào chánh đạo. Khi hiểu biết về những kết quả xấu của mười điều bất thiện, ta sẽ hiểu vì sao những việc ác đó là sai trái. Làm những việc bất thiện đó, ta sẽ bị tái sanh vào cảnh khổ như bị đọa làm súc sanh chẳng hạn. Bạn cứ nhìn những loài vật thì thấy. Không muốn bị như chúng, ta phải tránh các nghiệp dữ. Tu tâm như vậy, từ từ ta sẽ nhận diện được khổ đau và có quyết tâm giải thoát.

Một khi ta hiểu rõ được nỗi khổ đang làm mình phiền não, ta có thể thay đổi đối tượng, tập nhìn vào nó như nhìn vào cái khổ của một người khác vậy. Rồi ta tập luyện tâm, mong đem phúc lạc tới cho các chúng sanh. Những người đang đau khổ đó không phải là không liên hệ gì với ta. Hạnh phúc tương lai của ta tùy thuộc nơi họ rất nhiều. Nuôi dưỡng tâm vị tha mong cho chúng sanh được lợi lạc là một điều tuyệt diệu. Ngay cả khi ta còn theo đuổi mục tiêu riêng nhưng nếu tâm ta có mong ước giúp ích chúng sanh ta thì ta lại đạt được mục tiêu của mình lẹ hơn. Nuôi dưỡng lòng vị tha có lợi như vậy đó. Chuyện tiên khởi ta cần biết là chúng sanh và ta đều có liên hệ và chẳng có chi phân biệt.

NUÔI DƯỠNG TÂM BÌNH ĐẲNG

Chúng ta nên luyện tâm để ta luôn nhìn chúng sanh như những sinh vật gần gụi và dễ thương. Chúng ta nên bắt đầu bằng cách quán bình đẳng. Ta thường cảm thấy gần cận với những người thân thuộc như bà con, bạn bè. Những người ta không ưa được xếp vào loại kẻ thù và ta cảm thấy xa cách với họ. Tỷ dụ như người Tây Tạng chúng tôi khi nghe về những cảnh khổ đau, những thảm kịch nơi quê hương thì chúng tôi cùng nhau tới chùa cầu nguyện. Nhưng khi nghe tin Trung Hoa bị lũ lụt, thì thay vì cầu nguyện cho các nạn nhân, có khi chúng tôi lại vui mừng. Đây là cái tâm phân biệt cần tu sửa. Thực tập sự bình đẳng là để sửa thái độ không cân bằng kể trên.

Những người bạn chúng ta bây giờ chưa chắc đã là thân hữu của ta trong các kiếp trước. Họ cũng có khi đã là kẻ thù. Những người ta coi là kẻ thù ngày nay cũng vậy. Họ có thể đã là bằng hữu. Ta không có lý do chính đáng để khởi tâm phân biệt. Theo đại sư Gungthang, ngay trong cuộc đời này, một người bạn ta coi là thân nhất, cũng có thể trở thành kẻ thù khi họ lỡ nói một câu sai trái. Những người khi trước là bạn sau có thể trở thành kẻ thù và ngược lại. Chúng ta ai cũng thấy như vậy. Thái độ phân biệt này cần được loại trừ đi, vì nó căn cứ trên sự tham đắm và hờn giận. Rõ nhất là khi người kia đổi thái độ thì ta cũng thay đổi. Mặt khác nếu ta cảm thấy gần gũi với các chúng sanh khác không kể tới địa vị của họ thì dù họ đổi thái độ, ta cũng vẫn vậy thôi. Khi nói tới bạn bè hay bà con, ta thường nói «bạn tôi, bà con tôi». Ta nhấn mạnh tới liên hệ có tính cách ràng buộc. Ta nên cẩn thận đối với sự phân biệt này. Khi nào còn tâm phân biệt, bạn không có khả năng để thấy mọi chúng sanh đều bình đẳng. Đó là lý do khiến ta nên quán chiếu để thấy rằng bạn thân nhất của ta trong đời trước có thể nay là kẻ thù. Một khi ta nuôi dưỡng được cái tâm bình đẳng đối với mọi chúng sanh, ta sẽ có khả năng hiểu được lòng tốt của họ.

Vậy thời, kẻ thù thật sự của ta chính là cái tâm bất an chứ không phải là những con người đang đau khổ và bị phiền não nắm đầu. Muốn nuôi dưỡng tâm từ bi, ta nên hiểu rõ về sự khác nhau giữa các loại đau khổ. Ta thường phát tâm từ bi ngay khi nhìn thấy những người tàn tật hay thân thể đang bị đau đớn. Nhưng khi thấy người khá giả hay có học, thay vì thương xót, ta thường ghen tức và muốn tranh đua với họ. Điều này chứng tỏ tâm từ bi của ta có tính cách phân biệt và không hoàn hảo, vì ta không hiểu được những đau khổ trong tâm của tất cả chúng sanh. Ta rất cần nhận biết cái tâm bất an trong ta chính là kẻ thù thật sự của mình. Biết như vậy, ta sẽ hiểu được những khổ đau do phiền não gây ra trong tâm mọi người khác. Ta cần phát khởi và nuôi dưỡng lòng từ bi đối với tất cả chúng sanh. Giữ liên hệ gần gũi với một nhóm người mà ta coi là bạn hay bà con, chỉ là sự vướng mắc, không phải do lòng từ bi đích thật. Và kết quả của những ràng buộc đó là khổ đau. Vậy nên ta cần nuôi dưỡng tâm bình đẳng đối với người khác, không bị ràng buộc, giận hờn, không bị tâm phân biệt làm cho ta mất tự do.

Bước thứ hai là ta coi hết thảy mọi người đều là quyến thuộc. Hầu như ai cũng đã từng liên hệ với ta, có thể đã là mẹ ta chẳng hạn, trong quá khứ. Trong tương lai, chắc chắn họ cũng sẽ trở thành bạn hay bà con của ta nữa. Trong bối cảnh đó, ta hãy nên nhớ tới sự tử tế của họ, như lòng người mẹ đối với con vậy. Và ta nên nghĩ cách đền bù. Sau đó, ta nuôi dưỡng tâm Xả, để thấy ta bình đẳng với chúng sanh. Ai cũng như ta, chỉ mong được hạnh phúc và thoát cảnh khổ đau. Khi luyện cho tâm ta nghĩ như thế rồi, thì ta sẽ thấy mình không thể phân biệt, thương nhóm này ghét nhóm kia nữa.

Ta quán chiếu để thấy được lòng tốt của muôn loại, luôn mang phúc lợi tới cho người khác một cách trực tiếp hay gián tiếp, không phải chỉ giúp cho bà con mà là giúp hết thảy mọi người. Trong cuộc sống của loài người, chúng ta liên hệ với nhau rất nhiều. Ta được hưởng kết quả công trình do bao nhiêu người khác làm ra. Hàng hóa do thợ lắp ráp trong các xưởng, các nguyên liệu do thợ đào từ hầm mỏ; ngay khi đọc hay nghe những lời giảng này, ta cũng nhờ ơn bao nhiêu bạn đã làm việc. Nhờ họ chịu cực mà ta được hưởng, được biết tới Phật pháp và những phương cách nuôi dưỡng tâm tỉnh giác. Ngay cả chuyện đạt tới quả vị Bụt, ta cũng phải nhờ vào lòng tốt của chúng sanh. Nhớ như vậy, ta sẽ thấy gần cận với muôn loài. Ta sẽ thấy chúng sanh lúc nào cũng tử tế cả.

CHO VÀ NHẬN

Quán tưởng tới lòng tốt của chúng sanh, ta cũng nhớ nghĩ tới thái độ vị kỷ nhiều lầm lỗi của ta và những phúc lợi do lòng vị tha đem lại. Khi hiểu được những lợi hại của hai thái độ trái ngược này, ta sẽ khởi tâm muốn trao đổi địa vị của ta với người khác. Cho tới nay, ta luôn coi trọng mình hơn hết. Nay ta thay đổi, quan tâm tới người khác và coi mọi người đều đáng quý. Trước nay ta coi nhẹ tha nhân. Nay ta nhận ra là làm hài lòng người khác quan trọng hơn và nhu cầu cá nhân ta không có gì đáng kể. Đó là cách tu hoán chuyển mình vào địa vị người khác.

Khi ta huân tập tâm ta như vậy, thì dù cho mọi người sống hay cư xử cách nào, ta cũng vẫn thấy họ dễ thương. Đó là căn bản của phép tu cho và nhận: Do tình thương mà ta cho - nghĩa là hiến tặng hạnh phúc và tính thiện của ta cho người. Do lòng từ bi mà ta nhận: nghĩ là nhận hết vô mình những khổ đau và tính ác của người khác. Tu tập như vậy, ta nuôi dưỡng tâm thức trách nhiệm một cách mãnh liệt. Ta tu tập như thế để có thể đem phúc lợi tới cho người khác.

Khi chúng ta có thể đạt tới Niết Bàn trong tâm ta, ta sẽ thấy người khác cũng có cơ hội như ta vậy. Và ta khởi tâm mong ước giúp cho toàn thể chúng sanh được tới Niết Bàn. Trước tiên, ta phải đạt tới giác ngộ, đó là điều kiện duy nhất để giúp chúng sanh. Mục tiêu của sự giác ngộ là ta muốn giúp cho chúng sanh đạt đạo. Điều này đòi hỏi một sự cam kết vững chắc và can trường, một cái tâm tỉnh giác.

Càng nuôi dưỡng tâm ý muốn mang phúc lợi tới cho chúng sanh, ta càng có hòa bình và hạnh phúc trong tự thân. Khi có hòa bình bên trong ta rồi, ta có nhiều khả năng hơn trong sự đóng góp hạnh phúc cho người khác. Chuyển hóa tâm thức để có thái độ tích cực chính là nhân duyên cho ta hạnh phúc trong nhiều kiếp tương lai. Nó cũng giúp cho ta thoải mái, can cường và có tinh thần cao. Đối với tôi, tôi cố gắng để giữ được cái tâm luôn lạc quan bằng cách học và hành theo chánh đạo. Khi gặp vấn đề, tôi giải quyết nó dễ hơn vì tôi luôn nhớ và hiểu đời là bể khổ. Khi biết rằng mọi sự đều tàn hoại và sự đau khổ cũng vậy, tôi sẽ không mất niềm tin. Và tất nhiên không bao giờ tôi nghĩ tới chuyện tự hủy diệt. Giáo pháp thực sự giúp ích chúng ta trong đời sống.

Nay tôi đã hơn 60 tuổi, và tôi đã thu thập đủ kinh nghiệm để có thể nói một cách tự tin rằng Phật Pháp rất hữu hiệu và thích hợp cho nhiều người. Nếu các bạn thành khẩn thực hành các nguyên lý của giáo pháp này thì chắc chắn nó sẽ giúp bạn trong đời sống hiện tại cũng như trong các đời sau. Tu tập rất có ích cho bạn và cho tất cả chúng sanh. Nó cũng giúp ta biết cách bảo vệ và sống hòa hợp với sinh môi. Không phải vì giáo pháp đã hữu dụng thời xưa mà nay không còn hợp thời nữa. Trái lại, nó rất khế cơ, rất hợp với thời đại này.

Khi người ta khuyên bạn nên thực tập theo Phật Pháp không phải chỉ vì muốn giữ lại một truyền thống cũ. Dù sao, khi đọc và học về đạo Bụt, ta cũng đã đóng góp nhiều cho truyền thống này. Nhưng khi thực tập, bạn có thể tạo nên một giá trị tâm linh nào đó cho tâm thức bạn. Khi người ta đóng góp vào việc xây chùa hay dựng tháp, người ta nghĩ là mình đang thực hành Phật pháp. Nhưng sự học hỏi và tu tập quan trọng hơn nhiều, vì kết quả trên tâm linh có thể kéo dài sang nhiều đời sau. Những công trình xây cất bên ngoài có thể bị tàn lụi cùng thời gian. Những gì ta xây dựng trong tâm sẽ còn lại lâu bền hơn nhiều.

Chuyện quan trọng hơn hết là ta phải sửa soạn chính ta để có thể sống hữu dụng trong đời này và có cơ hội được tu tập trong các đời sau. Sau nữa, ta phải hiểu được rằng những sự khổ đau phiền não trong ta đều do kẻ nội thù, là cái tâm bất an nó mang tới. Khi những cảm thọ bất an đó còn ngự trị trong tâm thức ta thì ta không thể có hạnh phúc. Ta có thể làm chủ nhiều phương tiện, nhưng chúng có bản chất phù du, nên chúng không thể đem cho ta hạnh phúc vĩnh cửu. Ta không nên chỉ chú ý tới các đời sau mà ngay bây giờ, phải làm sao dứt bỏ được các phiền trược. Với thái độ này, ta mới mong đạt tới sự giải thoát tự do, đạt tới Niết Bàn, ra khỏi luân hồi. Ta có thể phát tâm rộng lớn hơn là sự mong cầu giải thoát cho riêng mình: đó là tâm mong cho hết thảy chúng sanh được giải thoát. Sự tu tập này giống như trẻ đi học: bắt đầu là trường mẫu giáo, rồi lên tiểu, trung học...mục tiêu ngày càng lớn hơn. Đó là cách xây dựng những giá trị cho tâm mình. Ta luyện tâm để thay đổi thái độ hiện tại vị kỷ với thái độ từ bi nghĩ tới chúng sanh.

TÂM TỈNH GIÁC KỲ DIỆU

Được làm một con người tự do và may mắn, thật là

quý, vì ta có cơ hội để nuôi dưỡng tâm tỉnh giác. Có cơ hội tốt mà không biết dùng thì thật đáng tiếc. Không có loài nào hơn loài người trong khả năng tạo phúc lợi. Nhưng không phải người nào cũng được tự do thực hành Phật Pháp và có phước gặp được Phật Pháp. Sâu bọ hay các thú vật đều không có những may mắn này. Chỉ có những người sanh sống nơi có giáo pháp của Bụt mới được như vậy.

Trên thế giới ngày nay có hơn 5 tỷ người. Bao nhiêu thành phố có được ảnh hưởng của Phật Pháp hay sự quan tâm tự nhiên của con người đối với đồng loại? So với các loài sinh vật khác, loài người hiện diện rất ít. Trong đó những người có đức tin tôn giáo còn nhỏ nữa, và trong số các tín đồ, số người có lòng từ bi đối với nhân loại lại càng ít ỏi. Những con người như vậy rất khó tìm, vì không dễ hội đủ các nhân duyên để cho họ hiện hữu.

Bạn đừng bao giờ nghĩ là mình không có đủ khả năng tu tập nghiêm chỉnh hay nuôi dưỡng các đức tính. Bất kỳ tuổi nào, trình độ thông minh ra sao, so với loài vật thì chúng ta đều có thể thực hành Phật Pháp được dễ dàng. Ngay cả khi đã già yếu hay bị tàng tật, ta vẫn có trí khôn, đừng nản chí. Người trẻ cũng nên hăng hái. Ta cứ nhìn vào cuộc đời những hiền giả đã tu chứng để có phấn khởi. Các vị này đã làm lợi mình, lợi người biết bao nhiêu. Chúng ta nên theo gương họ.

Khi có cơ hội quý giá được làm một con người tự do và may mắn, nếu ta không làm được chuyện gì hữu ích thì trong tương lai, ta sẽ khó mà được làm người. Ngạn ngữ Tây Tạng có câu nói rằng muốn tu tập những tính thiện thì khó như con lừa kép xe lên đồi cao, trong khi muốn vướng vào các hoạt động bất thiện thì dễ như cưỡi xe tuột dốc vậy. Ta có khuynh hướng làm những chuyện bất thiện ngay cả khi ta nghĩ là không nên. Khi nghĩ mình là một tăng sĩ, hay là một Phật tử thuần thành của Mật tông, ta vẫn có thể thiếu hăng hái trong việc tu tập. Nhiều tính thiện ta không tập được vì nó bị những ý tưởng bất thiện làm gián đoạn, khiến nó trở nên mỏng manh. Một ánh chớp trong đêm đen cho ta thoáng thấy cảnh vật chung quanh trong giây lát. Ta gặp Phật Pháp cũng khó khăn và ngắn ngủi như vậy thôi. Các thiện tính của ta yếu kém vì sự tu tập và hành trì không mạnh, trong khi các tính bất thiện thì đầy quyền phép và xuất hiện liên tục. Vậy nên ta phải hết sức cố gắng để nuôi dưỡng những tính tốt.

Chỉ có tâm chánh niệm đưa ta tới giác ngộ là có khả năng diệt trừ được những nghiệp dữ. Sau hằng hà sa số kiếp quán chiếu để hiểu xem điều gì có lợi ích nhất cho chúng sanh, Bụt Thích Ca cho biết điều đó chính là tâm tỉnh giác hay tâm chánh niệm. Chư Bụt trong quá khứ đã nuôi dưỡng chánh niệm để giúp cho chúng sanh hết khổ. Quý ngài tu tập, tạo bao nhiêu công đức và cuối cùng đạt tới giác ngộ. Mỗi vị đều tu chứng và thấy chánh niệm chính là thứ có lợi ích nhất cho tất cả mọi loài. Đó là cái tâm trách nhiệm giúp mọi loài có được các tính thiện, nó cũng giúp cho chúng sanh được hòa bình và hạnh phúc. Dù là mới tu tập hay đã sắp đạt tới Phật tánh, tất cả đều tùy vào sự phát triển tâm tỉnh giác. Trong cuộc đời bình thường, lòng vị tha mong phúc lợi cho người khác cũng rất quý giá. Khi ta có thái độ tích cực muốn tự độ mình và độ người, ta có khả năng gieo trồng những hạt giống hạnh phúc cho mọi chúng sanh và giữ được hòa hợp với thiên nhiên.

Một con người sống cực như một con chó trong cõi luân hồi, khi có được tâm tỉnh giác, thì lập tức được coi là bồ tát. Người và trời đều phải kính trọng con người đó. Tâm tỉnh giác giống như một thứ nước ngọt có thể biến sắt thành vàng. Đó là vì khi ta có chánh niệm, các hành vi bên ngoài như nói năng, hành xử của ta đều được chuyển hóa. Những tính thiện khác của ta giống như cây chuối, chỉ có một chùm trái rồi bị tàn lụi, trong khi chánh niệm giống như một thứ cây nhà trời, liên tiếp kết trái không bao giờ ngưng. Nhờ vào tâm tỉnh giác này, chúng ta sẽ sớm được giải thoát khỏi khổ đau, sợ hãi.

Tâm tỉnh giác cũng là tâm mong cầu hết thảy chúng sanh đều được giác ngộ. Nó hiện diện trong ta để ta có thể giúp chúng sanh đang khổ não. Muốn phát triển nó, ta phải nhận ra là mọi loài đều có cùng bản chất với ta. Ai cũng mong được hạnh phúc, thoát được đau khổ. Bản chất tâm họ cũng là thứ ánh sáng trong trẻo như tâm ta. Những chướng ngại của họ chỉ nhất thời và ngẫu nhiên. Tôi không nói rằng họ không bị chướng ngại, vì chúng cũng như bản chất toàn thiện và khả năng đạt tới quả Bụt của tâm thức họ, tất cả đều đã có từ khởi thủy. Bình thường ta bị chướng ngại và vô minh nên không giác ngộ được, nhưng khi ta loại bỏ được những ngăn che này thì tâm ta sẽ nhìn thấu mọi sự.

Tìm kiếm hạnh phúc, vượt thoát khổ đau, là quyền tự nhiên của mọi chúng sanh. Chúng ta có cơ hội ngang nhau trong việc này. Khi so sánh hạnh phúc của tập thể với hạnh phúc của một cá nhân, ta thấy ngay tập thể quan trọng hơn nhiều. Hiểu vậy, ta biết ta nên đi tìm kiếm nguồn gốc hạnh phúc cho muôn loại. khi nói muốn mang chúng sanh tới Niết Bàn, ta hiểu chuyện này không thể làm bằng cách dùng của cải hay thần lực cá nhân. Ta chỉ có thể chỉ cho họ con đường chánh đạo để đi tới Niết Bàn mà thôi. Muốn làm thế, chính ta phải kinh qua những đoạn đường đó đã. Nếu không có kinh nghiệm thực chứng, chúng ta không giúp được bao nhiêu.

Tâm tỉnh giác hay chánh niệm thật kỳ diệu và đáng trân quý như ngọc như ngà, trên hết mọi tâm khác. Chỉ đạt được tâm đó đã có nhiều phước báu rồi. Ngay trong cõi luân hồi, nó mang cho ta nhiều quả tốt như tâm hồn được bình an, sống hòa hợp với môi sinh. Khi chánh niệm trở thành động cơ tạo ra các hành nghiệp của ta, thì phước báu sẽ tiếp tục tuôn tràn. Nếu ta hành trì bồ tát đạo, thì nguồn ơn phước đó sẽ liên tục hỗ trợ ta, không bao giờ dứt.

Chí nguyện độ sanh đã tốt hơn sự cúng dường chư Phật, nên hành động cứu giúp chúng sanh còn tốt đẹp hơn nữa. Chúng ta có thể hỏi tại sao khi chúng sanh mong thoát khổ và có hạnh phúc, ta lại không để cho họ tự cố gắng? Câu trả lời là tuy họ sợ khổ, nhưng họ luôn luôn chạy theo nó. Tuy họ mong có an lạc, nhưng vì vô minh và bối rối, họ liên tục hủy hoại sự bình an. Chánh niệm mang an lạc tới cho họ. Thật không có gì quý bằng.

Khi ta khen ngợi một người vì biết trả ơn những kẻ giúp đỡ anh ta, thì ta sẽ phải ca ngợi các Bồ tát ra sao khi các ngài độ cho hết thảy chúng sanh dù họ không kêu cầu? Tặng một bữa ăn cho người đói cũng đã được người đời coi là công đức, thì ta nói sao về các Bồ tát luôn luôn độ cho chúng sanh đạt tới an lạc của quả Bụt? Khi ta có thể nuôi dưỡng tâm bồ tát như vậy, tự nhiên là ta sẽ được hưởng phước, và được an lạc cũng như đạt được các ước nguyện. Tôi thường khuyên mọi người là nếu muốn được thọ hưởng nhiều nhất thì hãy nên làm việc giúp ích chúng sanh. Những ai không nghĩ tới người khác, chỉ muốn đạt được những ước vọng của riêng mình thật là điên rồ.

Khi nói tới dân chủ và dân quyền, chúng ta nói tới sự an vui của đám đông. Càng quan tâm và làm việc tốt cho xã hội, chúng ta càng được an lạc. Mặt khác, nếu ta độc tài, tranh hơn và áp đặt ý kiến mình trên nhiều người khác, thì ta sẽ không đạt được các ước muốn riêng tư. Luật tự nhiên là càng nhiều người bị áp bức thì càng nhiều chuyện lộn xộn. Công dân có quyền lợi và bổn phận đối với quốc gia, chúng ta là Phật tử cũng có bổn phận đem an vui tới cho mọi loài. Đó là sự cam kết của chúng ta. Muốn có quyết tâm hơn, ta cần thanh lọc các ác nghiệp cũ để chúng không còn xuất hiện sau này nữa. Vậy nên ta nên tham gia vào các việc làm lợi cho chúng sanh và tránh những gì làm hại họ.

Đây là chuyện mà mỗi chúng ta đều nên làm. Có người được giải thoát rất mau, nhờ nghiệp thiện cũ của họ. Nhưng đa số chúng ta không có hy vọng tới được cõi Niết Bàn một cách huyền diệu như thế. Khi ta trồng một cái hạt, đừng mong cây đơm hoa kết trái ngay. Tôi nhớ hồi nhỏ sau khi gieo hạt, tôi không cho nó thời gian để nảy mầm mà đào lên ngay coi nó ra sao. Như vậy không được, ta phải cho thiên nhiên đi theo tiến trình của nó. Nếu ta vi phạm luật tự nhiên và muốn giác ngộ ngay lập tức, thì ta sẽ thất vọng. Tôi thường nói rỡn là khi ta nói tới thời gian 3 năm hay 3 tháng để đạt giác ngộ, thì cũng là chuyện tào lao như các khẩu hiệu tuyên truyền của người Trung Hoa. Ta có thể nhập thất 3 tháng hay 3 năm, khi trở ra vẫn chỉ là người thường, với râu tóc dài hơn mà thôi. Vậy nên ta phải nhìn xa và giữ ước nguyện đạt tới giải thoát, dù cho ta cần phải tu học nhiều đời nữa,.

Chánh niệm hay tâm tỉnh giác là nhân duyên duy nhất để giúp ta đạt đạo. Muốn nuôi dưỡng tâm này, cần nhất là ta phải thanh lọc ác nghiệp và tạo nhiều thiện nghiệp. Khi ta thấy có ảnh hưởng của nó trên tâm ta và bắt đầu thực chứng được rồi thì ta nên thọ nhận một nghi lễ để trình lên nguyện vọng muốn đi theo con đường bồ tát của mình.

CHƯƠNG 2

CHẾT BÌNH AN

Điều mà tất cả chúng ta đều quan tâm tới là làm sao sống và chết cho bình an. Chết là một nỗi khổ, một kinh nghiệm mà chúng ta muốn tránh, mà nó cũng là chuyện chắc chắn sẽ xảy ra cho bất cứ ai trong chúng ta. Dù sao, chúng ta có thể chọn một số hành nghiệp để giúp ta đối diện với chuyện này một cách vô úy (không sợ hãi) và bình an. Một trong những yếu tố chính khiến chúng ta giữ được tâm an bình, không lo lắng khi chết, chính là cuộc sống chúng ta đã trải qua. Đời sống càng có ý nghĩa, khi chết ta càng ít tiếc nuối. Những cảm xúc tới với ta khi chết tùy thuộc rất nhiều vào lối sống của ta.

SỐNG CÓ Ý NGHĨA

Khi chúng ta có một đời sống tích cực và có ý nghĩa,

thì lúc hết đời - dù ta không mong đợi cái chết, ta cũng dễ chấp nhận nó là một phần của đời ta. Ta sẽ không tiếc hận gì cả. Bạn có thể hỏi phải làm sao để cho cuộc sống có ý nghĩa? Cuộc sống của người ta không phải là để mang đau khổ tới cho ta và kẻ khác. Loài người là một sinh vật có đời sống xã hội, hạnh phúc của chúng ta tùy thuộc vào nhiều nhân duyên. Nếu ta sống hòa hợp được với thực tại, là ta sống có ý nghĩa.

Chúng ta không thể sống một mình. Ta cần có đủ thức ăn, quần áo và chỗ ở. Tất cả những thứ này có được là nhờ sự cố gắng của nhiều người khác. Hạnh phúc căn bản của chúng ta tùy thuộc người khác. Sống cho thích hợp với thực tại này là một cuộc sống có ý nghĩa. Vì hạnh phúc của ta có liên hệ vào người khác, nên ta phải chăm sóc họ. Nhưng thường thì chúng ta tưởng như chính mình là người đã tạo ra mọi thứ.

Chúng ta cần phải mở rộng tầm nhìn, dù rằng điều ta quan tâm nhất vẫn là sự an vui của chính mình. Khi chúng ta có cái nhìn rộng rãi, tự nhiên là chúng ta sẽ để ý và tận tâm hơn với người khác. Đây không phải là chuyện gì thiêng liêng, thần thánh. Chuyện giản dị chỉ là vì tương lai chúng ta tùy thuộc vào người khác rất nhiều. Quan điểm này không những thực tế mà nó còn là một thứ đạo đức thế gian. Giải quyết vấn đề bằng cách dùng sức mạnh là kết quả của chuyện coi nhẹ quyền hạn và quan điểm của kẻ khác. Con đường bất bạo động có tính cách nhân bản, vì nó đưa tới đối thoại và hiểu biết. Người ta chỉ đối thoại được khi có lòng kính trọng nhau, hiểu biết nhau trong ý hướng hòa giải. Đây là cách sống sao cho có ý nghĩa.

Bình thường khi nói về tinh hoa của đạo Bụt, tôi hay nói về chuyện ta cần giúp đỡ người khác, hoặc ít nhất, cũng không làm hại người khác. Đó là điều căn bản của Phật Pháp. Thực tế mà xét, đây cũng là điều chánh đáng. Nếu một cá nhân có liên hệ từ ái với người khác, thì lâu dài, thế nào người đó cũng trở thành một con người sung sướng hơn. Những hành động bất thiện dù cho có đem lại lợi lộc tức thì, nhưng trong thâm tâm, bao giờ bạn cũng cảm thấy khó chịu. Thái độ từ bi không phải chỉ thuần là những cảm xúc thương xót thụ động.

Trong xã hội cạnh tranh tân tiến ngày nay, đôi khi chúng ta sẽ phải cứng rắn. Nhưng chúng ta có thể cứng cỏi đồng thời vẫn từ bi. Khi một con người sống như vậy, tới cuối cuộc đời, tôi chắc chắn rằng họ sẽ chết một cách hài lòng, không tiếc hận. Trong quan điểm tâm linh, nghĩ tới những cuộc đời hay niên kỷ dài đặc sẽ cho ta cái nhìn khác về sự chết. Trong ý niệm ta sống qua nhiều kiếp, thì cái chết chỉ như thay đổi quần áo mà thôi. Khi áo quần đã cũ, rách, chúng ta đổi lấy cái mới. Điều này ảnh hưởng tới thái độ của ta đối với cái chết. Nó làm phát khởi, biểu hiện quan niệm chết là một phần của cuộc đời. Tầng tâm thức thô thiển tùy thuộc vào bộ óc của chúng ta, nó chỉ tồn tại khi bộ óc còn làm việc. Ngay khi bộ óc ngưng, là thần thức này ngưng. Trí óc ta là điều kiện để cho tầng tâm thức này biểu hiện. Nhưng phần lớn của tâm thức tinh tế thâm sâu tiếp tục hoạt động. Phần này vô thủy vô chung (không có bắt đầu cũng không có kết thúc).

SỬA SOẠN CHO CÁI CHẾT: THỰC TẬP CHÁNH NIỆM.

Khi chúng ta lìa đời, người khác có thể nhắc nhở ta nên ráng nghĩ tưởng theo hướng tích cực cho tới khi phần tâm thức thô phù tan rã. Nhưng một khi vào tới tiềm thức tinh tế, thì chỉ có những nghiệp lực ta đã tạo ra giúp được ta mà thôi. Lúc đó thì rất khó mà có ai nhắc nhở ta thực tập được nữa. Vậy nên, điều quan trọng là ngay từ khi còn trẻ, ta phải có ý thức về cái chết và tập thói quen ứng phó với sự tan rã của tâm thức. Ta có thể tập được thói quen này qua cách quán tưởng dùng hình ảnh. Như thế, thay vì sợ chết, ta sẽ cảm thấy háo hức khi nghĩ tới nó. Ta sẽ thấy rằng khi sửa soạn cái chết từ nhiều năm ta có thể đối diện với kinh nghiệm đó một cách tốt đẹp.

Khi bạn có thể đi vào tới vùng tâm thức sâu xa trong thiền quán, thì bạn có thể kiểm soát được cái chết của mình. Dĩ nhiên bạn chỉ đạt tới trình độ này khi đã tiến rất xa trong việc thực tập thiền quán. Trong Mật Tông, có những phương pháp cao cấp như pháp «Chuyển Di Tâm Thức» (coi thêm trong cuốn Tạng Thư Sống Chết của Sogyal Rinpoche, Ni sư Trí Hải dịch, Thanh Văn xuất bản), nhưng tôi tin rằng điều quan trọng nhất khi chết là thực tập chánh niệm. Đó là năng lượng mạnh nhất. Dù trong thực tập hàng ngày, tôi quán tưởng tới chuyện chết và thực tập theo mật tông chừng bảy - tám lần một ngày, tôi vẫn nghĩ rằng khi chết, nhớ tới Tâm chánh niệm là chuyện dễ hơn cả. Chánh niệm là một tâm thức rất gần gụi với tôi. Khi quán tưởng về cái chết, khi đã sửa soạn chuyện ấy, dĩ nhiên chúng ta cũng hết lo âu về nó.

Dù tôi chưa thực sự sẵn sàng đối diện với cái chết, nhiều khi tôi cũng tự hỏi không biết mình sẽ ứng xử ra sao khi thực sự đối diện với chuyện này. Tôi biết chắc là nếu còn sống, tôi còn làm được thêm nhiều việc. Ý muốn sống cũng ngang ngửa với sự háo hức của tôi về cái chết.

Xin nhớ rằng chết là một tiến trình để thực tập trong đạo Bụt. Có nhiều phương pháp: một là liên tục quán tưởng tới cái chết để làm tăng tinh thần không vướng mắc vào đời sống cùng cám dỗ của nó. Thứ hai là thực tập tiến trình chết để làm quen với những tầng tâm thức khác nhau ta sẽ gặp khi đó. Khi tâm thô phù ngừng lại, tâm vi tế sẽ biểu hiện. Quán tưởng về cái chết quan trọng vì nó giúp ta tiến vào được tâm thức vi tế.

Chết khiến ta hiểu là cơ thể chúng ta có những giới hạn. Khi cơ thể ta không còn tồn tại được, ta chết đi và vào một cơ thể khác. Bản thể hay cái Ta, là kết hợp của thân và tâm ta sẽ còn tồn tại sau khi ta chết dù cho khi đó cái thân ngũ ấm này không còn nữa. Cái thân vi tế thì vẫn còn. Theo quan điểm này, ta không bắt đầu cũng không hết hẳn, ta còn biểu hiện ra cho tới khi đạt tới quả vị Bụt.

SAU KHI CHẾT

Dù sao thì ai cũng sợ chết. Chỉ trừ khi bạn thấy tương lai được bảo đảm vì bạn đã làm những nghiệp thiện trong đời này, khi chết đi có nhiều nguy cơ ta bị sanh ra trong những điều kiện tệ hơn. Trong đời này, dù bạn mất quê hương, sống đời tỵ nạn, bạn cũng vẫn được làm kiếp người. Bạn vẫn có thể tìm được sự trợ giúp. Nhưng sau khi chết, bạn sẽ gặp những hoàn cảnh hoàn toàn khác. Những kinh nghiệm bình thường chúng ta thu thập được trong cuộc đời này không giúp gì được cho kiếp sau. Nếu bạn không sửa soạn cho đúng cách, bạn có thể gặp những bất hạnh. Sửa soạn bằng cách huấn luyện tâm thức. Một phương cách luyện tập là ta tập nuôi dưỡng lòng thành thật, ý nguyện từ bi và các hành nghiệp hướng thiện, phục vụ tha nhân. Ở trình độ khác, bạn biết kiểm soát tâm ý của mình, một hình thức sâu xa hơn trong việc sửa soạn cho tương lai. Khi có thể điều khiển được tâm ý mình thì đó là bạn đạt được mục tiêu chính của thiền tập vậy.

Những người không tin rằng sau khi chết còn có gì khác, thì nên coi cái chết như một phần của đời sống. Sớm hay muộn chúng ta đều phải đối diện với nó. Ít nhất như vậy, người ta có thể nghĩ tới cái chết như một chuyện tự nhiên. Dù chúng ta cố tình tránh không nghĩ tới, thì ta cũng không thể né cái chết. Đối với vấn đề này, ta có hai cách: một là ta không nghĩ tới nó, dứt nó ra khỏi trí óc mình. Ít nhất, cái tâm ta cũng tạm yên. Nhưng đây không phải là giải pháp thỏa đáng, vì vấn đề vẫn còn đó. Sớm muộn gì bạn cũng vẫn phải gặp nó thôi. Cách thứ hai là đối diện với nó, nhìn sâu vào nó. Có những binh sĩ cho biết trước trận đánh họ sợ hãi nhiều hơn là khi lâm trận. Nếu bạn nghĩ tới cái chết, tâm trí bạn sẽ quen với ý nghĩ đó. Khi chuyện đó xảy ra, bạn sẽ ít bị đường đột và khó chịu. Vậy nên tôi cho rằng nói và nghĩ về chuyện chết có ích lợi hơn.

Ta cần sống sao cho có ý nghĩa. Trong kinh điển, cuộc đời được coi là vô thường như đám mây mùa thu. Sanh tử của chúng sanh cũng giống như các diễn viên ra vô sân khấu. Bạn nhìn thấy họ trong bộ áo mão này hoặc bộ y trang khác. Trong một thời gian ngắn, họ thay đổi y phục nhiều lần. Cuộc đời chúng ta cũng vậy. Đời ta tàn đi cũng giống như tia chớp, giống như tảng đá lăn xuống vực sâu. Nước bao giờ cũng chảy xuống, không thể chảy ngược lên đồi cao. Đời ta sẽ chấm dứt dù cho ta không nhận ra điều đó. Những người chấp nhận giá trị của sự thực tập tâm linh có thể nghĩ tới những kiếp trong tương lai, nhưng bình thường, ta chỉ để ý tới mục tiêu của cuộc sống đời này. Đó là lý do khiến ta bối rối và bị vướng mắc vào luân hồi. Chúng ta lãng phí cả cuộc đời.

Ngay khi ra đời là ta đã đang tiến dần tới cõi chết. Vậy mà ta dùng cả cuộc đời để gom góp thức ăn, quần áo và bè bạn. Tới khi chết, ta bỏ lại tất cả những thứ này. Ta sẽ phải một mình đi qua thế giới khác, không có gì theo ta hết. Nếu ta có tu tập, đã in vài dấu vết tốt đẹp vào tâm ta thì đó là điều duy nhất có ích cho ta. Nếu không muốn mất thì giờ, muốn tu tập phần tâm linh, thì ta nên quán tưởng tới sự vô thường và cái chết của chính mình. Vì ngay từ khi mới sanh ra, cơ thể chúng ta đã là vô thường, đã bắt đầu bị hoại diệt. Sự thực tập tâm linh không những đem lại lợi ích cho cuộc đời này, mà nó còn mang lại an lạc cho các kiếp sau nữa. Một trở ngại của chuyện tu tập là ta thường nghĩ mình sẽ sống rất lâu. Chúng ta giống như những người muốn định cư ở một chốn nào đó. Những người đó tự nhiên muốn thu góp của cải, xây cất nhà cửa, trồng trọt mùa màng. Trái lại những người để ý tới các kiếp trong tương lai sau khi chết thì giống như những người thích du lịch. Du khách chỉ sửa soạn để đáp ứng nhu cầu đầy đủ cho tới khi cuộc hành trình kết thúc. Kết quả của quán tưởng về cái chết giúp cho hành giả ít bị ám ảnh bởi chuyện đời như danh vọng, của cải, địa vị. Khi làm việc để đáp ứng những nhu cầu của đời sống này, người hay quán tưởng tới cái chết sẽ để thì giờ tạo ra những năng lượng có thể mang lại an bình và hạnh phúc cho các kiếp sau.

QUÁN TƯỞNG VỀ CÁI CHẾT

Ta nên biết về những lợi ích của quán tưởng về cái chết - và những thiệt thòi khi ta không làm chuyện này. Khi suy ngẫm về vô thường và về cái chết, ta sẽ có cơ hội tu tập. Điều này mở mắt cho ta. Trước hết, khi có ý thức là sớm muộn gì ta cũng sẽ rời bỏ cõi đời này, ta sẽ để ý tới kiếp sau. Ý thức này tự nhiên sẽ đưa ta tới những truy tầm về tâm linh. Thứ nhì, quán tưởng về cái chết giúp cho ta kéo dài và tiếp tục việc tu tập. Trong mọi nỗ lực - dù về tinh thần hay thế tục - đều có những khó khăn cản trở. Sức mạnh của thiền quán về cái chết sẽ giúp bạn đối phó với những trở ngại đó. Cuối cùng, chính thiền quán lại là một nguồn khích lệ bạn thực tập cho thành công. Do thực tập, bạn sẽ để ý tới vấn đề sinh tử nhiều hơn, và khi loại trừ được những ý nghĩ, những hành động do vọng tưởng, bạn sẽ làm cho cuộc sống thêm ý nghĩa.

Có nhiều điều bất lợi khi không nhớ tới cái chết. Khi không nghĩ tới nó, ít khi mà bạn chịu tu tập. Khi thiếu chánh niệm về cái chết, thì sự tu tập của bạn cũng chỉ phất phơ mà không có hiệu quả. Bạn sẽ bận bịu vì những chuyện đời này. Có những người đã thọ giới và tụng kinh mỗi ngày, nhưng vì họ không thiền quán về cái chết, khi có vấn đề, họ giống như người thường: chấp nhất, ghen tuông và giận giữ phát điên. Ngạn ngữ Tây Tạng có câu: "khi no ấm và có ánh nắng mặt trời, bạn giống như một hành giả tu chứng. Nhưng khi có vấn đề, bạn mới lộ rõ con người thật của mình". Kinh nghiệm hàng ngày cho ta thấy rằng đa số chúng ta đều như vậy cả.

Khi không có ý thức về cái chết, chúng ta coi trọng mọi chuyện trên đời. Vì bị ám ảnh bởi danh vọng, địa vị và tiền tài, bạn ít khi nào chùn bước trước những hành động bất thiện. Người không nghĩ tới cái chết dĩ nhiên là không cần để ý tới những kiếp sau. Họ không trọng những giá trị tinh thần mà sẵn sàng suy nghĩ, hành động theo vọng niệm. Những con người như vậy là nguồn gốc gây đau khổ cho chính họ và cho người khác.

Nếu bạn quên là bạn sẽ chết, bạn sẽ chỉ nghĩ tới chuyện làm sao để sống một cuộc đời giàu có. Bạn quan tâm nhất là chuyện làm sao để có chỗ ở tốt, quần áo đẹp và thức ăn ngon miệng. Khi có cơ hội, bạn sẽ không ngần ngại đe dọa hay làm hại người khác. Hơn thế nữa, bạn còn cho là những hành động bất thiện đó chứng tỏ bạn là người có khả năng và hữu hiệu. Điều này rõ ràng chứng tỏ bạn không sợ hãi để nhìn về tương lai xa phía trước. Chúng ta ai cũng sẽ còn sống nhiều kiếp khác. Tương lai đó hoàn toàn tối đen, ta không thể biết được nó ra sao. Khi quên điều này, bạn sẽ thiên về những hành động có tánh cách phá hoại.

Hãy nhớ tới Hitler và Mao Trạch Đông một bên và phía bên kia là các Thầy Milarepa, Tsong-Kha-Pa (các đại sư rất được kính nể tại Tây Tạng). Họ giống nhau ở chuyện cùng là người và đều thông minh. Nhưng ngày nay, Hitler và Mao Trạch Đông thì bị khinh ghét, ai cũng phải giật mình vì những hành động tàn ác họ đã làm. Trong khi đó, ai cũng hướng về các thiền sư Milarepa và Tsong-Kha-Pa như những nguồn cảm hứng. Mọi người cầu nguyện các ngài với tín tâm và lòng thành khẩn. Đó là những con người có tiềm năng như nhau nhưng hành động khác nhau. Hitler và Mao dùng trí thông minh của mình trong những hành động có mục đích phá hoại. Hai vị thiền sư thì dùng trí tuệ để xây dựng.

Nếu chúng ta để cho tâm trí ta bị những cảm xúc phiền trược kiểm soát, thì nó sẽ gây ra sự tàn hại trong nhiều kiếp sau. Kết quả là ta sẽ chết trong tiếc hận. Khi còn sống, ta có thể được nhìn như những con người tu tập giỏi, nhưng sự thật ta chỉ tu bề ngoài. Chuyện kể một người tu tập tự cho là sau khi chết thế nào cũng được lên cõi phúc. Bỗng nhiên ông ta bị đau nặng, biết mình thế nào cũng chết. Bạn ông nói: «Đối với anh thì không sao đâu, anh sẽ lên Niết Bàn, chỉ có chúng tôi đây là mất bạn và không ai trợ giúp cho chúng tôi nữa thôi. Người tu tập giả tướng nói: «Nhưng nếu chúng ta không phải chết thì vẫn hơn!». Lúc lâm chung, ông ta không nghĩ tới tịnh độ, mà chỉ than thở về cái chết!

Ý thức về cái chết có thể được khai triển bằng các phương pháp thiền quán thông thường. Trước hết bạn phải thực sự hiểu là cái chết chắc chắn sẽ xảy ra. Đó không phải là vấn đề lý thuyết mà là một sự thật hiển nhiên, quan sát được. Người ta tin rằng trái đất đã hiện hữu từ 5 tỷ năm trong khi loài người chỉ mới có trong một trăm ngàn năm nay thôi. Trong suốt thời kỳ dài dặc này, có người nào mà chưa phải đối diện với tử thần? Chết là chuyện tuyệt đối không thể tránh được cho dù bạn trốn xuống dưới đáy đại dương hoặc bay bổng trên trời lồng lộng.

Dù bạn là ai, bạn cũng sẽ chết thôi. Stalin và Mao là hai người có thế lực nhất trong thế kỷ này. Nhưng họ cũng phải chết và họ đã chết trong sợ hãi và đau khổ. Khi còn sống họ cai trị một cách độc tài. Chung quanh họ là những phụ tá và đầy tớ sẵn sàng nghe lệnh họ. Họ cai trị một cách tàn bạo, sẵn sàng hủy diệt tất cả những gì chống đối lại uy quyền của họ. Nhưng khi đối diện với cái chết, tất cả những kẻ mà họ tin cậy, tất cả những điều mà họ đã dựa vào như quyền lực, khí giới, quân đội, đều không còn dùng được. Trong hoàn cảnh đó, ai cũng sẽ sợ hãi. Cái lợi của sự có ý thức về cái chết là nó giúp cho bạn sống một cuộc đời có ý nghĩa. Bạn sẽ thấy chuyện hòa bình và hạnh phúc quan trọng hơn những thú vui ngắn hạn. Tưởng nghĩ tới cái chết cũng như ta dùng một cái búa để phá tan những ham muốn và tình cảm bất thiện.

Khi chúng ta nhớ tới danh hiệu và những công trình của các bậc Thầy từ Đức Thích Ca Mâu Ni tới những vị thầy mới qua đời gần đây, ta có thể cảm thấy như họ vẫn còn hiện diện trong ta. Nhưng coi lại thì các ngài đã lên Niết Bàn cả rồi. Chỉ còn lại ít xá lợi, một ít tro và xương. Đối với đức Thế Tôn cũng vậy, ta chỉ còn thấy được chút xương và Xá lợi tại những nơi ta tới hành hương. Khi nhìn thấy những di vật này, ta đều muốn khóc.

Không còn một ai trong số các thánh nhân Ấn Độ sống tới ngày nay. Ta chỉ có thể đọc về cuộc đời các ngài trong sử sách. Chỉ còn lại những ghi chép, những đoạn ngắn của ký ức. Các đại đế, các vị vua lớn đã thị uy trên thần dân họ, khi đối diện với cái chết cũng đều mất hết sức mạnh. Vua nào cũng phải chịu thua. Nhìn vào lịch sử, ta thấy rằng Chết là chuyện đương nhiên và phổ quát. Vô thường thực sự có mặt. Nhận thức này giúp cho ta tu tập khá hơn. Tất cả các đại lãnh tụ của thế giới, dù họ được yêu kính hay bị thù ghét, đều phải chết cả. Không ai có thể đánh lừa được thần chết. Hãy so sánh với tình trạng của bạn. Bạn có bằng hữu, họ hàng và gia đình. Có người đã chết và bạn đã phải chấp nhận sự đau buồn ấy. Sớm muộn gì những người khác cũng sẽ phải đối diện với cùng vấn đề.

Một trăm năm sau, sẽ có người nói rằng Đạt Lai Lạt Ma đã giảng dạy tại đây. Nhưng tất cả chúng ta hôm nay, sẽ không còn ai hiện diện nữa. Tòa nhà này có thể còn tồn tại hay đã sụp đổ. Thần chết không kính trọng người nhiều tuổi. Nó giống như một cuộc sổ số tình cờ. Bình thường thì người già đi trước người trẻ. Nhưng nhiều khi con cháu lại chết trước, để cho cha mẹ, ông bà phải làm đám ma chôn chúng. Nếu chúng ta có quyền, chắc ta đã làm luật cấm ông trời không được để người trẻ chết đi. Họ chưa có đủ thì giờ vui hưởng cuộc đời. Nhưng luật tạo hóa không định ai sẽ đi trước, ai sẽ đi sau. Không có quân đội nào bắt được thần chết. Người giàu có nhất cũng không mua nổi ông ta, người khôn ngoan nhất không thể đánh lừa ông.

ĐỪNG ĐỂ TỚI NGÀY MAI

Chúng ta không ai không yêu quí con người mình. Chúng ta làm mọi cách để chăm sóc cho chúng ta. Để khỏe mạnh và sống lâu, chúng ta ăn đồ bổ dưỡng, ta tập thể dục. Khi hơi đau yếu, chúng ta tới ngay bác sĩ và uống thuốc theo toa họ cho. Chúng ta cũng làm những nghi lễ tôn giáo để cầu xin thoát được những rắc rối, khó khăn. Tuy vậy, cái chết vẫn tới với chúng ta một ngày nào đó. Khi cái chết tới, không ai có thể giúp được ta. Bạn có thể gối đầu trên chân Bụt, và Đức Dược Sư có thể tới chữa lành bệnh cho bạn, nhưng khi cái chết tới thì họ cũng đành bó tay. Khi tuổi thọ đã hết, bạn phải đi thôi. Cái chết chắc chắn sẽ tới, đó là điều dễ hiểu. Cuộc đời chúng ta sẽ chấm dứt, không phân biệt chúng ta là ai, đang sống nơi nào. Mỗi 24 giờ, ta lại mất đi một ngày. Mỗi 30 ngày, ta mất một tháng và mỗi 12 tháng, một năm lại qua đi. Cứ như vậy, cuộc đời ta rồi sẽ chấm dứt.

Chỉ khi ta có cố gắng tu tập phần tâm linh thì mới sống một cuộc đời hợp với giáo pháp. Chỉ sống thôi không đồng nghĩa với tu tập. Trong hai mươi năm đầu cuộc đời, ta cho là mình quá trẻ để tu tập. Hai mươi năm sau, ta nói «tôi sẽ, rồi tôi sẽ tu tập», nhưng ta vẫn không làm. Thêm 20 năm nữa, ta nói: «tôi không thể tu được, tôi không có cơ hội». Ta sẽ lấy lý do là vì đã quá già, mắt không nhìn rõ, tai nghe không tinh nữa. Cứ như thế, ta uổng phí cuộc đời ta. Điều lạ lùng là dù cơ thể chúng ta già, bịnh, kiệt lực, những phiền trược trong tâm ta vẫn còn như tươi nguyên. Chúng không bao giờ già đi. Ham muốn sinh lý có thể hết khi ta già lão nhưng những xúc cảm phiền não khác thì vẫn mạnh mẽ như xưa.

Khi còn là trẻ con, chúng ta dùng thì giờ để chơi. Thời thơ ấu, tôi có nhiều bạn để chơi, nhất là những người lo quét dọn chỗ tôi trú ngụ. Thời đó, có một người vặn hỏi tôi về những màu sắc khác nhau, những đề tài sơ học về luận lý. Tôi không biết trả lời vì còn quá nhỏ. Tôi rất bực mình và quyết định phải học thật chăm. Khi 15-16 tuổi, tôi bắt đầu nghĩ tới «những tiến trình của con đường giác ngộ», nhưng sự xâm lăng của Trung Quốc đã làm dở dang chuyện học hành của tôi. Tôi đã cố tu tập cho tới khi tôi 25-26 tuổi, đồng thời tôi phải thương thảo với người Hoa. Năm 25 tuổi, tôi trở thành người tỵ nạn, phải sống lưu đầy. Trong nửa cuối của thập niên 20 tới 30 tuổi, tôi học rất chăm chỉ. Hai mươi lăm năm đã qua, nay tôi đã vào thập niên 60 tuổi rồi.

Tôi rất muốn tu, nhưng cuộc đời tôi đã bị xoay chuyển như vậy. Tôi chỉ được an ủi ở chỗ đức Đạt Lai Lạt Ma thứ nhì Gendun Gyatso cũng phải bỏ dở công trình của ngài. Ngài vừa trông coi xây cất ngôi chùa tại Tashilhunpo vừa dạy học trò. Tiểu sử kể lại, cho biết ngài bận rộn ra sao. Một bữa có người đệ tử nói: «Con mong được về núi tu luyện cho nghiêm chỉnh» Ngài buồn bã trả lời: «Khi ta còn ở ẩn tại Kangchen, ta không cần nhiều thì giờ. Ta nghĩ nếu ta còn ở đó, thì ta đã tới bờ Giác Ngộ. Nhưng ta đã bỏ cơ hội đó để làm lợi ích cho càng nhiều người càng tốt, vì vậy mà ta xây tu viện Tashilhunpo này". Điều này là một an ủi cho tôi. Dù cho tôi không thể nghiêm mật tụng kinh, cầu nguyện hay nhập thất, thì tôi cũng cố mang lợi ích tới cho nhiều người khác. Dĩ nhiên tôi có tu học, nhưng tôi không để hết năng lực vào đó được vì còn bận nhiều công chuyện khác. Điều tôi muốn nói là: nếu bạn tu học thoải mái thôi, vẫn vui hưởng những thứ khác, thì khó mà đạt đạo.

Gampopa ở với đại sư Milarepa, học hỏi và thiền định trong một thời gian dài. Tới lúc ông sắp đi, Milarepa nói: »Ta còn có một điều nữa để chỉ cho con, nhưng có lẽ bây giờ chưa phải lúc». Gampopa trả lời: «Xin thầy hãy dạy con, tất cả những gì mà thầy có, xin thầy hãy truyền cho con". Nhưng Milarepa từ chối và Gampopa ra đi. Rồi Milarepa gọi với theo: " Hãy khoan. Vì con như con ruột của ta, vậy thời ta cho con bài học chót". Nói xong, ngài vén áo, cho Gampopa thấy cái mông chai cứng của ngài, chứng tỏ ngài đã ngồi tu thiền cực kỳ nghiêm mật. Ngài thêm: "Nếu con thật sự kiên trì, con sẽ đạt tới quả vị Bụt trong đời này. Được hay không tùy theo công phu tu học của con thôi".

CÁI CHẾT TỚI BẤT NGỜ

Khi phát triển ý thức về cái chết, bạn cũng nên biết là thần chết tới lúc nào ta không thể đoán biết được. Điều này được diễn tả trong câu tục ngữ sau đây: "Ngày mai hay kiếp sau, bạn không thể biết cái nào tới trước". Chúng ta ai cũng biết một ngày nào cái chết sẽ tới. Vấn đề là chúng ta luôn luôn nghĩ nó sẽ xảy ra trong tương lai mà thôi. Lúc nào ta cũng bận rộn chuyện đời. Vậy nên ta rất cần quán tưởng tới chuyện cái chết sẽ tới bất ngờ. Kinh điển viết rằng cuộc đời ta không biết chắc dài bao lâu. Cái chết không theo quy tắc hay luật lệ nào hết. Ai cũng có thể chết bất kỳ lúc nào, dù họ già hay trẻ, giàu hay nghèo, khỏe hay bệnh. Ta không thể biết gì về chuyện này. Người khỏe mạnh có khi lại chết bất ngờ trong khi kẻ nằm liệt giường lại còn sống khá lâu.

So sánh những lý do gây ra cái chết với những điều kiện giữ lại sự sống, ta sẽ hiểu vì sao ta không thể biết trước cái chết. Ta thường coi cơ thể mình là mạnh mẽ, sẽ còn tồn tại lâu. Nhưng thực tế làm ta thất vọng. So với đá và thép, thân thể con người thật yếu ớt, mong manh. Chúng ta ăn uống để giữ cho cơ thể khỏe mạnh, để sống còn, nhưng nhiều khi thực phẩm làm cho chúng ta bịnh và dẫn ta tới cái chết. Không có gì bảo đảm cho ta sống hoài được.

Những công trình của khoa học và kỹ thuật tân tiến diễn tả rất rõ ràng ý muốn của loài người là được sống đầy đủ và phong phú hơn. Nhưng chúng ta nắm lấy những tiện nghi mới, coi chúng như dụng cụ để duy trì đời sống. Xe hơi, tàu thủy, xe lửa, máy bay là để làm cho đời sống ta dễ chịu và tiện nghi hơn. Nhưng những thứ này nhiều khi lại gây phiền trược cho tâm thần ta. Cái chết vì tai nạn lưu thông có tỷ số cao ở khắp mọi nơi. Chuyện này có nghĩa gì với chuyện chúng ta mong di chuyển nhanh và an toàn? Khi bị tai nạn, người ta chết tức khắc, không hề được báo trước. Dù ta cố sức tạo ra an toàn, mạng sống ta vẫn bị đe dọa. Ta không thể biết lúc nào cái chết sẽ tới khi đi du lịch.

Chết hay cuộc đời chấm dứt là một điều kinh sợ. Tệ hơn nữa, tất cả những gì chúng ta có trong cuộc đời này - của cải, quyền hành, danh vọng, bạn bè và gia đình - không có gì giúp được ta. Bạn có thể là một vị tướng lãnh quyền uy có lực lượng quân đội vĩ đại sau lưng, nhưng khi chết thì họ cũng không bảo vệ được bạn. Bạn có thể giàu sang, mua được bảo hiểm y tế loại tốt nhất, nhưng chung cuộc, bạn vẫn không thể mướn chuyên viên thượng thặng nào để ngăn chặn được cái chết. Khi bạn phải rời bỏ thế giới này, bạn phải bỏ hết của cải lại. Bạn không thể mang theo xu nào hết. Người bạn thân nhất cũng không thể đi theo bạn. Bạn sẽ phải đi sang thế giới khác một mình. Chỉ có những kinh nghiệm tu tập giúp được bạn mà thôi.

Mao và Staline là những lãnh tụ rất nhiều quyền lực. An ninh quanh họ rất chắc chắn, người thường không thể gặp được họ. Tôi còn nhớ rõ khi còn ở Bắc Kinh, lần nào tôi cũng gặp Mao trong cùng một căn phòng đó. Nhân viên an ninh đứng ngay cửa, ngó vào chúng tôi không rời mắt. Nhưng khi cái chết tới, thì sự an ninh đó không có giá trị chi hết. Tương tự như vậy, tôi tin là có nhiều người muốn hy sinh mạng mình để đổi lấy an toàn cho Đạt Lai Lạt Ma, nhưng khi cái chết tới với tôi, thì tôi phải lo lấy. Là Đạt Lai Lạt Ma cũng không hơn gì. Khi nói tôi là tu sĩ có nhiều tín đồ thì cũng không giúp thêm chi hết.

Bây giờ, ta coi ông triệu phú. Khi chết, của cải chỉ làm ông ta đau đớn khổ sở hơn. Trong những giờ phút cuối, người giàu có thường phải lo lắng nhiều hơn. Mọi sự vượt ra khỏi tầm tay kiểm soát của họ. Thêm vào nỗi đau thể chất, tâm hồn họ bối rối hơn bao giờ hết. Nghĩ cách phân chia tài sản, sẽ cho những ai cái gì - lại làm cho họ thêm lo âu. Đây không phải là truyện triết lý mà là chuyện thường ngày. Điều căn bản là ta phải quán tưởng về những chuyện này để hiểu rằng khi chết thì của cải là thứ vô giá trị.

Khi bạn còn sống, bạn bè và bà con có vai trò rất quan trọng đối với bạn. Bạn coi trọng họ và có cảm tình nồng hậu đối với họ. Có người trở thành thân yêu tới nỗi bạn tưởng như mình không thể sống thiếu họ. Nhưng khi bạn chết, họ cũng chẳng giúp được gì! Một vài người sẵn sàng làm bất cứ chuyện gì cho bạn, nhưng trong lúc đó, họ vô phương. Họ chỉ có thể cầu nguyện cho kiếp sau của bạn. Quả vậy, thay vì giúp ích, thì bạn bè, thân quyến lại thường gây ra nhiều khổ đau cho người sắp chết. Khi phải nằm liệt, kiệt sức trên giường mà còn lo cho tương lai của gia đình, quả là chuyện khổ tâm cho bạn. Bạn lo không biết chuyện gì sẽ xảy ra sau khi bạn chết đi.

NGHIỆP THIỆN LÀ BẠN DUY NHẤT

Cái thân thật quý giá đối với bạn. Nó đã từng là người đồng hành đáng tin nhất từ khi bạn biết nghĩ? Bạn đã làm đủ cách để chăm sóc nó một cách tối hảo. Bạn nuôi cho nó không bị đói. Bạn cho nó uống khi khát. Bạn nghỉ khi nó mệt. Bạn đã sửa soạn làm mọi chuyện, bất kỳ chuyện gì để bảo vệ nó và lo cho nó được dễ chịu. Nói đúng ra thì cái thân nó cũng phục vụ bạn. Nó luôn luôn hiện diện để giúp bạn đạt những mong cầu. Coi trái tim đã thấy nó màu nhiệm tới đâu? Nó đập liên hồi, không bao giờ nghỉ bất kể là

bạn làm gì, khi thức hay khi ngủ. Nhưng khi cái chết tới, cơ thể bạn chịu thua. Tâm và thân tách rời ra, cái thân quý giá của bạn trở thành một cái thây ghê rợn. Vậy thời đối diện với cái chết, của cải, bạn bè thân quyến và cả cái thân bạn cũng không giúp gì được bạn. Chỉ có những hành nghiệp thiện mà bạn đã gieo trồng trong dòng tâm thức nó giúp bạn đối diện với thế giới bí ẩn mà thôi. Đó là lý do khiến cho sự tu tập có thể giúp bạn sống một cuộc đời có ý nghĩa.

Nói chung, người ta không thích nói tới cái chết. Nhưng nó đâu có biến mất khi chúng ta nhắm mắt lại hay xua đuổi nó ra khỏi tâm trí ta? Trong bất kỳ hoàn cảnh nào, một ngày kia ta sẽ phải trực diện với nó. Vậy nên muốn chuẩn bị, ta nên tập quán tưởng về cái chết. Nghĩa là ta tưởng tượng ra tiến trình của cái chết. Ta chỉ có thể nhờ thiền quán mà làm cho cái tiến trình quan trọng này được tốt đẹp và cá biệt mà thôi. Để có kết quả, bạn nên thiền quán về tiến trình chết sau khi đã quán rằng cái chết chắc chắn sẽ xảy ra. Chuyện thực tập này sẽ cho bạn sức mạnh tâm linh khi cái chết xảy ra.

Như chúng ta đã bàn luận, cái chết có thể xảy ra bất kỳ lúc nào. Không có một dấu hiệu đặc biệt nào để biết con người đó sẽ chết ra sao. Cái chết tới khi dòng sinh mệnh của họ đã hết. Hoặc, nó có thể xảy ra khi có một tai nạn bất ngờ. Có thể bbắt đầu là bạn bị đau ốm. Dĩ nhiên bạn tới bác sĩ, và ông ta sẽ kê toa thuốc. Nhưng lần này hầu như mọi chuyện khác đi: thuốc hầu như không công hiệu. Rồi bạn có lẽ sẽ làm lễ và cầu nguyện. Điều này thường thay đổi tình trạng sức khỏe của bạn, nhưng lần này, bạn lại bị đau nặng hơn. Tệ hơn nữa là bác sĩ kỳ này không định rõ được bệnh của bạn, vì nó lên xuống thất thường. Vấn đề kéo dài, bạn phải nằm bệnh lâu hơn và mệt hơn. Hình như hy vọng lành bệnh ngày càng mờ nhạt. Dù đệm êm cũng làm cho bạn khó chịu, và sau nhiều cơn đau, thân bạn như bị tê cứng.

TIẾN TRÌNH CHẾT

Tâm thức của người sắp chết ra sao? Sau khi bị đau ốm lâu ngày, tâm thức của bạn trở nên lỏng lẻo. Có thể trước đây bạn là người rất thông minh và năng động, nhưng nay tâm bạn trì trệ, trí nhớ cũng không còn. Có những lúc bạn quên cả tên của các thân nhân kề cận. Khi cơn đau ghê gớm nổi lên, bạn không còn cả sức để mà cầu nguyện nữa. Trong tình trạng bi quan đó, bạn bắt đầu mất hết hy vọng, khiến cho ý muốn sống bị lay chuyển. Bạn cũng bắt đầu tự hỏi không biết mình có thể lành bệnh được chăng, tại sao mình lại bị đau khổ nhiều vậy? Gia đình và bằng hữu thương cảm khi thấy bạn không chết mà cũng không khỏi bệnh. Nhưng càng ngày người ta càng thờ ơ, không chú ý tới bạn nhiều nữa.

Thân bạn từ từ mất nhiệt lượng, và bạn cứng ra như khúc gỗ. Các vị đại sư đã từng nói: bữa ăn chót của bạn chỉ là vài viên hay vài muỗng thuốc bạn phải nuốt một cách khó khăn. Những lời nói chót mà bạn nghe được có lẽ là bài kinh hay lời than khóc. Không có những lời lẽ dễ thương. Nếu bạn giàu có, có thể tâm bạn còn bận bịu về nhà cửa, về những số tiền mà người ta còn nợ bạn, hay về cách phân chia của cải cho người thân. Tâm bạn đầy rẫy những lo âu đau khổ không diễn bày được. Bạn ráng thều thào vài câu nói, nhưng khó mà ai nghe nổi. Lúc đó, khả năng phát âm của bạn cũng đã hỏng, chỉ có cặp môi mấp máy. Cảnh tượng thật là thê thảm, tội nghiệp.

Trong tình trạng đáng thương đó, các thành tố hay tứ đại (đất, nước, gió, lửa) của thân thể bạn bắt đầu tan rã. Bạn có thể thấy nhiều ảo giác khác nhau. Bạn thấy như bị té từ trên cao và bị chôn vùi dưới đất, hoặc bạn cảm thấy như bị đốt cháy. Khi Thủy đại tan rã, mắt và mũi bạn như bị ép chặt lại. Lưỡi khô khốc. Khi Thổ đại tàn hoại, thân thể bạn như bị ép mỏng xuống. Hỏa đại ra đi khiến thân bạn lạnh dần. Khí đại tan rã làm cho bạn không còn cử động được, và thở rất khó khăn. Bạn bắt đầu thở gấp và ngắn hơi, cho tới khi thở ra dài một hơi chót, như giây đàn vĩ cầm bị đứt. Tim ngừng đập và chỉ trong vài phút, bộ óc cũng ngưng hoạt động. Y khoa coi như bạn đã chết.

Theo y khoa hiện đại, sau khi phổi ngừng thở và tim ngừng đập, chỉ vài phút sau là bộ óc cũng ngưng. Nhưng theo Phật Giáo, còn có 4 giai đoạn tiếp theo nữa. Không có dấu hiệu gì ở bên ngoài mà chỉ là những cảm thọ và hiện tượng nội tại. Trong mỗi giai đoạn, bạn nhìn thấy một thứ ánh sáng khác nhau. Đầu tiên là ánh sáng trắng, rồi đỏ, rồi đen và sau cùng là cảm giác thênh thang của không gian vô tận, một thứ ánh sáng trong suốt. Dù tầng thô của tâm thức đã ngưng hiện hữu, tầng vi tế của nó chưa thoát ra khỏi cơ thể ta. Khả năng trụ vào vùng sáng trong suốt tùy thuộc khả năng định tâm của các thiền giả tu tập đã lâu, nhưng cũng có khi do tình cờ, người ta vào được cảnh giới này. Thiền sư Ling Rinpoche, thầy tôi, là một thể nghiệm lớn của một cao tăng có định lực hùng mạnh, an trú trong ánh sáng trong suốt thật lâu. Trong 13 ngày sau khi viên tịch, ngài ở trong trạng thái đó, cơ thể vẫn tươi đẹp.

HÀNH LÝ MANG THEO KHI CHẾT

Khi sống bạn phải cực nhọc kiếm ăn và tiền tài, nhưng chết đi, bạn phải lìa bỏ hết thảy. Ai biết rõ được những người thừa kế sẽ tiêu dùng tiền của mình ra sao? Trong mấy ngày đầu, có thể con cháu còn buồn vì tang chế, nhưng sau vài ngày, chúng có thể đã cãi nhau tranh dành phần hơn. Đời sống bạn sẽ qua đi như vậy. Nếu bạn đi thăm nghĩa trang hay lò hỏa táng, bạn nhìn vào những người đã chết, cơ thể bị tàn hoại, sẽ thấy mình cũng sẽ chẳng khác gì. Đây là cách quán về vô thường. Nhưng khi chết đi, bạn sẽ không biến mất hoàn toàn như đám cỏ khô bị cháy mà bạn sẽ tiếp tục đi tới. Kiếp sau của bạn sẽ khá hay tệ hơn, hoàn toàn tùy thuộc vào sự tu tập mà bạn đã làm. Bạn có tin là mình sẽ sanh ra được trong cảnh giới khá hơn chăng?

Nếu không quán tưởng về cái chết sắp xảy ra, ta sẽ không nhớ tu tập. Đó là người hướng dẫn cho ta đi vào một cuộc du lịch, tới một nơi ta không hề biết trước. Trong đời sống cũng vậy, khi tới một nơi lạ lẫm, ta thường phải hỏi người đã đi nơi đó rồi. Ta mang theo bản đồ, dự tính sẽ ngừng ở đâu, nghỉ nơi nào và mang theo những gì. Nhưng khi ta đi sang kiếp sau, là nơi hoàn toàn xa lạ, thì những kinh nghiệm bình thường trong đời này không giúp gì được ta bao nhiêu. Hướng dẫn viên duy nhất là sự thực tập của ta. Điều này không có nghĩa là ta cần mang theo nhiều kinh điển, nhưng tâm thức ta phải được sửa soạn và chuyển hóa.

Những điều tu tập nào sẽ giúp ta đi sang một thế

giới mới? Ta có thể tin chắc đó là những nghiệp thiện ta đã làm. Phương cách hay nhất cho ta là sống theo Thập thiện (10 điều tốt), tránh 10 nghiệp ác. Nếu chúng ta để lại những dấu ấn thiện trong tâm ta, nhất là nếu khi chết ta giữ được tâm thức cho tốt lành, thì chắc chắn ta sẽ được tái sanh trong cảnh giới khá hơn. Kiếp sau sẽ tùy theo những hành nghiệp ta đã làm. Nghiệp tạo ra khi ta chết (Cận tử nghiệp) sẽ có ảnh hưởng trước tiên.

Nhớ rằng chánh niệm luôn luôn giúp cho tâm ta được thanh tịnh, an lành, ngay cả lúc lâm chung. Thực tập để có tâm tỉnh thức sẽ giúp ta giữ được chánh niệm khi chết, và được tái sinh vào kiếp tốt hơn. Theo quan điểm Phật Giáo, khi ta sống đời thường ngày với chánh niệm, ta sẽ có thói quen tốt, và chính tâm tỉnh thức này sẽ giúp ta đối diện với cái chết. Khi lìa đời, ta sẽ có tâm thiện hay không, tùy theo ta có thực tập hay không khi còn sống. Điều quan trọng là ta nên sống hàng ngày sao cho cuộc đời có ý nghĩa, tâm tư luôn luôn lạc quan, nồng hậu và hạnh phúc.

CHƯƠNG 3
SỐNG CÓ Ý NGHĨA

Đại sư Gungthang thường dạy rằng: được làm Người là một cơ duyên hãn hữu, có khi ta chỉ được làm kiếp người một lần duy nhất mà thôi. Dù chúng ta đã trải qua nhiều kiếp trước đây, ta vẫn chưa biết sống kiếp này sao cho xứng đáng. Hiện nay, chúng ta thật may mắn được sống khỏe mạnh từ thể chất tới tinh thần, lại được tu tập theo Phật pháp. Cuộc đời như vậy thật là độc nhất vô nhị.

Giáo pháp của Bụt cũng thật đặc biệt. Khởi thủy là do Bụt Thích Ca Mâu Ni, rồi truyền xuống các vị đại sư người Ấn Độ, sau lan qua Tây Tạng (cùng nhiều xứ khác), và ngày nay truyền thống tu tập theo Phật giáo vẫn còn sống động khắp nơi. Tại xứ tuyết băng Tây Tạng, chúng tôi có đủ các truyền thống của đạo Phật. Đời này thật là thời điểm quan trọng để cho chúng ta cố gắng hết mình, đem Phật pháp áp dụng cho chính mình và cho tất cả chúng sinh.

Dù mỗi người chúng ta đều được làm kiếp người quý báu, nhưng chúng ta thường hưởng đời mà không nhận biết được sự quý giá này. Hơn nữa, ta cũng không nhận ra giới hạn của những cuộc sống khác trong đó ta không có duyên được học và quý trọng giáo pháp: Chim muông, thú vật là những loài sống bên chúng ta nhưng không có khả năng hiểu được đạo. Dù làm người nhưng nếu chúng ta sanh ra, không để tâm gì tới những lời giảng dạy của Phật, thì cũng như loài vật, ta không có hiểu biết. Nhiều người tuy có nghe giảng dạy, nhưng vì lý do gì đó mà không thực tập thì cũng không ích lợi gì mấy. Chúng ta thật là may mắn vô cùng.

Chúng ta đã không bị sanh ra trong thế giới sơ khai không có Phật pháp. Chúng ta cũng được tự do, không gặp nhiều trở ngại lớn lao. Có được những điều kiện thuận lợi như vậy, ta nên nhận thức được tiềm năng và giá trị của hoàn cảnh mình đang có. Ngay các nhà tiểu thương cũng biết rằng làm ăn phải có thời, đúng chỗ. Muốn bán thứ hàng trái mùa thì chỉ thất bại mà thôi. Tương tự như thế, nhà nông biết về thời tiết đổi thay, họ biết khi nào phải trồng trọt ngay, dù cho có phải làm việc ngày đêm cũng ráng làm cho kịp. Là người được tự do và có duyên may, ta phải nắm lấy cơ hội để tận dụng những thuận duyên này.

Dĩ nhiên khi nói là chuyện tu tập rất quan trọng, tôi không có ý bắt mọi người ai cũng phải tu. Bó buộc người ta làm chuyện gì, ngay cả chuyện tu học, cũng là điều không tốt. Sự thực tập quan trọng nhất trong đạo Phật là việc chuyển hóa tâm thức. Vì muốn chuyển hóa Tâm nên chúng ta mới thiền quán. Thiền là phương tiện giúp ta làm quen với những hình thái tích cực của tâm ý. Trong cách thực tập này, ta cũng tìm cách chế ngự cái tâm nổi loạn và vô kỷ luật của mình. Tâm ý cũng được gọi là ý thức (Mind) là thứ có thể huấn luyện được. Giống như khi ta tập luyện cho loài ngựa. Lúc đầu, nó là một con ngựa hoang, khó kiềm tỏa. Nhưng ta huấn luyện nó dần dần, nó sẽ nghe lệnh ta.

Thời gian đầu tiên cũng vậy, khi tâm ý ta chưa quen tùng phục, nó thường có nhiều ý nghĩ bất thiện và ta khó mà kiểm soát được nó. Khi ta thiền quán và làm quen với những gì tốt lành, ta có thể huấn luyện và từ từ chuyển hóa tâm ý. Thiền quán là một phương cách để ta thay đổi tâm ý mình, chuyển đổi nó thành ra tốt đẹp hơn.

CHUYỂN HÓA TÂM THỨC

Khi ta suy ngẫm hoài về giá trị của đời người, cùng cơ hội hãn hữu ta đang được hưởng, ta sẽ thấy cần phải chuyển hóa tâm thức mình, và ta cũng mong tới được bờ giác nữa. Ta cần thiền quán để tập cho tâm ý quen với chủ đề ta quán tưởng, thí dụ Quán Từ Bi chẳng hạn. Như vậy, ta sẽ chuyển hóa tâm ý mình. Thí dụ như mỗi khi nghĩ tới những đau khổ của chúng sinh là chúng ta nảy sinh tâm trách nhiệm, muốn giúp đỡ họ. Từ gần gụi, ta trở nên quen thuộc với những hành động tích cực.

Khi ta gặp một người nào đó lần đầu tiên, ta không nhận biết được những thái độ, thói quen hay cảm xúc của họ. Nhưng khi quen với họ hơn, ta sẽ quen với những cách phản ứng của họ. Chơi với bạn tốt thì ta sẽ nhiễm tính tốt. Ta cũng có thể giảm bớt được những thói xấu nhờ có bạn tốt, vì ta cẩn thận, không muốn làm gì phiền lòng bạn. Trong tâm thức chúng ta có rất nhiều, không thể đếm xuể, các loại tâm ý khác biệt. Tâm ý có ba loại chính: một là trung tính, hai: có ích lợi (thiện) và ba là loại bất thiện. Ta cần phải làm quen với những tâm sở thiện, cũng giống như ta nên chơi với bạn tốt. Ta cần nuôi dưỡng những tâm sở tích cực, những thứ có lợi lạc cho ta. Cũng giống như khi làm vườn, ta nên trồng hoa và trồng những cây hữu dụng, nhưng ta cũng phải nhổ bỏ cỏ dại đi.

Khi nói tới chuyện tạo những gì có giá trị tinh thần cho tâm, ta phải tự mình cố gắng xử dụng ngay tâm trí mình. Ta phải giảm thiểu được những nhận thức bi quan tiêu cực và nuôi dưỡng tăng cường những gì tích cực. Trước hết, phải biết phân biệt những nhận thức tích cực với những gì tiêu cực, có tính cách phá hoại đã. Ta phải nuôi dưỡng và phát triển những gì tốt đẹp. Với những tâm ý phiền não như giận hờn, ghen ty, tranh đua, vướng mắc, ta cần tìm hiểu vì sao chúng lại có hại, vì đâu chúng khởi lên trong tâm thức ta để làm cho ta đau khổ, mất hạnh phúc? Hiểu được những trở ngại do chúng mang tới, ta có thể làm cho chúng nhỏ lại được. Ta không thể nói một cách giản dị rằng những nhận thức đó có hại vì trong kinh điển dạy như thế. Ta phải tự quan sát mình để thấy được chúng có hại ra sao.

Tỷ dụ như khi ta nổi giận và biểu lộ cơn giận đó ra một cách mạnh mẽ dữ dằn, ta thường nói những lời khó chịu với người khác. Khi nổi điên lên, ta không còn sáng suốt, phân biệt gì được. Mặt mũi ta xấu xí khủng khiếp. Thái độ đó bất an thấy rõ. Những gia đình liên tục cãi nhau có hạnh phúc hơn chăng? Những nơi người ta chống đối, tranh đấu với nhau hoài liệu có hòa bình hơn? Dĩ nhiên là không! Nếu bất ngờ ta có một người khách hay nóng giận, có lẽ ta không hoan hỷ đón tiếp họ. Nhưng nếu khách là một người vui tính, từ ái, thì ta sẽ mời ngồi chơi và rót trà ngay. Ta có thể dễ dàng nhận ra những tính giận hờn, ganh tỵ, háo thắng nơi người khác.

Căn bản của tất cả những tính bất thiện nơi ta gồm ba thứ: Tham, Sân, và háo thắng. Khi ta biết được những tai hại của các tâm ý này, thì ta có thể nhận ra được những dấu hiệu khi chúng sắp phát khởi. Nhận biết được như thế, ta có thể hướng dẫn tâm ý mình về phía thiện. Thực tập theo cách này rất hiệu quả và có ích lợi. Khi nói về Thiền, chúng ta thường nghĩ tới chuyện lên núi cao ngồi tĩnh lặng. Phật pháp thực ra là để chuyển hóa tâm thức. Mà cách duy nhất để chuyển hóa là ta phải thiền quán và thực tập liên tục. Dù ở đâu, ta cũng có thể thực hiện được sự chuyển hóa này.

Mỗi khi ta đạt tới một sự hiểu biết nào đó qua cái nhìn phân tích của thiền quán, thì ta nên chú tâm vào điều đó một thời gian. Kết hợp thiền quán phân tích với sự chú tâm vào một đối tượng có thể giúp ta chuyển hóa tâm ý mình dần dần. Phương pháp này hữu hiệu hơn là tụng cả trăm lần bài kinh cầu nguyện. Theo phương pháp này, ta có thể làm cho cuộc đời quý giá này có ý nghĩa. Thay vì thực tập, nếu bạn chỉ tự hứa sẽ làm ngày mai, hay tháng sau hoặc năm tới, bạn sẽ không làm kịp. Nếu bạn nghĩ mình chỉ có thể thực tập sau khi làm xong dự án này, hay thu xếp xong công chuyện kia...thời gian tu tập sẽ không bao giờ tới. Ta biết rằng khi vướng vào chuyện đời, càng ngày ta càng có nhiều việc để làm hơn, giống như biển không bao giờ ngưng nổi sóng. Tốt hơn là ta nên biết dừng lại và bắt đầu tu tập.

BẮT ĐẦU NGAY

Khi tôi còn nhỏ, tôi chỉ phải học thuộc lòng và tụng kinh. Tôi có nhiều ngày giờ nhưng không thích tu lắm. Khi tôi vào lứa tuổi 20, tôi cố gắng hơn và có chút hiểu biết về chân lý, Niết bàn. Tôi hy vọng được tĩnh tu dài hạn chừng ba năm hoặc ba tháng, nhưng càng ngày tôi càng bận bịu, không có thì giờ. Hiện tại, dù bận rộn, tôi vẫn thường tạo ra thì giờ để tu tập.

Dù là tăng ni đã thọ giới sống trong phòng riêng, họ cũng luôn luôn có chuyện làm. Không bao giờ bạn có thể được tự do, ra khỏi được tất cả các sinh hoạt. Vậy nên mỗi ngày bạn phải kiếm cho ra thì giờ để tu học. Mỗi sáng bạn nên dậy sớm hơn để có thể thiền quán trong vòng một hai tiếng đồng hồ. Nếu bạn bảo rằng khi hết việc bạn sẽ thực tập, có nghĩa là bạn không thật sự muốn tu học theo Phật pháp. Thầy Gungthang đã nói: "Nếu bạn muốn tu tập, đừng bao giờ để tới ngày mai hay ngày mốt mới bắt đầu". Phải bắt đầu ngay bữa nay. Để tới một ngày mai nào đó, có thể khi có giờ thì bạn đã chết mất rồi. Chết là chuyện chắc chắn nhưng khi nào chết thì không ai biết được, nó có thể tới bất kỳ lúc nào, nên ta không thể trì hoãn việc tu tập.

Tu tập khi còn trẻ là chuyện quan trọng vô cùng, vì khi đó thân tâm ta còn nhiều năng lực và tươi mát. Bình thường khi già yếu, người ta thường bị bệnh và trí nhớ suy giảm. Những người tu tập từ khi còn trẻ, lúc già thường cũng vẫn hoạt động, nhanh nhẹn, tươi mát và trí tuệ minh mẫn. Khi tu tập lâu, quen với cách chuyển đổi tâm thức rồi, thì lúc chết, ta có thể đưa tâm ý ta vào việc thực tập thiền quán. Thực tập giỏi, bạn sẽ vui vẻ đón chào cái chết. Tu tập vừa vừa, bạn sẽ không sợ chết và dù tu tập kém, bạn cũng sẽ không có gì tiếc hận lúc lìa đời.

Bắt đầu, chúng ta tịnh hóa các hành nghiệp bằng cách nhìn nhận chúng một cách cởi mở. Thỉnh triệu mười phương chư Bụt và chư Bồ Tát, chúng ta sám hối những nghiệp dữ đã phạm vì vô minh từ bao kiếp. Chúng ta xin nhận lỗi và sám hối. Vì sao ta lại sám hối tất cả các nghiệp xấu? Vì nếu không làm, các nghiệp này sẽ có khả năng chỉ huy ta khi cái chết tới. Vậy nên ta cầu tha lực, nương tựa vào đó để thoát khỏi những quả xấu của các nghiệp mình đã gây. Ta phải nhận ra và tịnh hóa các nghiệp dĩ cho nhanh vì cái chết không báo trước giờ nào sẽ tới. Nó không đợi cho ta làm xong mọi thứ như dự tính. Nó không chờ và cho phép ai sống thêm chỉ vì người đó chưa thực hiện đủ thiện nghiệp. Dù khỏe mạnh hay đau yếu cũng không khác: cái chết không đợi ai bao giờ. Nó có thể lấy mạng ta khi ta chưa sẵn sàng.

Cuộc đời qua mau và rất phù du. Ta sẽ phải bỏ lại tất cả của cải và thân quyến. Nếu không hiểu được vậy, ta thường hay tạo nghiệp dữ của thân, khẩu và ý, đối với những người thân hay sơ. Dù họ có thân tình hay không, tất cả rồi cũng sẽ biến đi cả. Người mà ta coi là kẻ thù rồi cũng chết. Bạn cũng chết. Hơn nữa, chúng ta dù đã tạo nhiều nghiệp xấu hay tốt với họ rồi ta cũng sẽ ra đi. Bạn, thù, bà con, của cải, tất cả đều tạm bợ, vô thường và sẽ biến di hết. Sẽ tới lúc chúng ta không thể nhìn thấy hay nghe được tiếng họ nữa. Ta chỉ còn thấy họ trong trí nhớ. Ta sẽ thấy mọi chuyện như một giấc mơ. Tất cả thế giới hiện tượng và môi trường mà ta đã sống đều chỉ là những ký ức mờ nhạt.

THIỆN NGHIỆP & ÁC NGHIỆP

Tuy nhiên, những nghiệp dữ mà ta đã tích lũy sẽ còn đó. Dù cho thù và bạn ta đã biến đi, những nghiệp dĩ sai trái ta đã gây ra sẽ còn vướng bận trong tâm ta, làm cho ta phiền não, nếu ta không tìm cách tịnh hóa và tẩy bỏ chúng. Vì không hiểu được bản chất phù du của mình, chúng ta không biết rằng mình chỉ còn sống một thời gian ngắn nữa thôi nên chúng ta bị Tham, Sân, Si hướng dẫn, gây nên bao ác nghiệp. Chúng ta lãnh đạm với chúng sinh, quyến luyến bạn bè và hờn giận ganh ghét kẻ thù. Ta tích lũy những nghiệp dĩ như vậy từ lâu đời, trong khi đó, cuộc đời ta cứ ngắn dần. Ngày không chờ và đêm cũng không đợi. Từng phút từng giây, thời gian trôi qua và cuộc đời ta cứ thu ngắn lại. Đời người tiến tới chung cuộc một cách chắc chắn, không thể thay đổi được.

Cuối cùng ta chỉ có thể nương tựa vào những nghiệp thiện ta đã làm. Nếu bạn sống có đạo đức, nếu đã thực tập mười điều thiện, phát triển lòng từ bi, tâm bạn có thể có những năng lực mạnh mẽ của thiện nghiệp, thì đó là những thứ duy nhất giúp được bạn khi cuộc đời chấm dứt. Không ai và không có cái gì khác giúp bạn nữa. Lúc đó, tâm bạn không còn chỗ ẩn náu, và bạn có thể thấy mình đã không tạo nhiều thiện nghiệp. Bạn sẽ than thở: «Chỉ vì vô minh, không hiểu biết về tình trạng dễ sợ lúc này, lại bị lôi cuốn vào vòng dục lạc của những thú vui nhất thời mà tôi đã tạo nên nhiều nghiệp dữ trong cuộc đời phù du. Tôi đã lãng phí thì giờ vào những hoạt động vô nghĩa.»

Nơi nương tựa đích thực chính là Phật pháp. Chúng ta cũng quy y với Phật và các vị Bồ Tát, nhưng như trong Kinh đã dạy, chư Bụt không tẩy sạch được nghiệp ác cho chúng sinh bằng cách dùng tay gạt bỏ chúng đi. Chư Bụt cũng không thể hoán chuyển trí tuệ của các ngài vào tâm ý chúng ta được. Chúng sinh chỉ được giải thoát khi thấy được chân lý. Chúng ta phải nương tựa vào Pháp, là thứ thật sự bảo vệ ta....

Như vậy, nghĩa là ta phải nương vào sự thực tập Phật pháp. Khi ta bị một chứng bệnh thông thường, ta cũng phải nghe lời y sĩ. Vậy thì khi đau khổ vì trăm ngàn phiền não trong tâm thức, ta nương tựa vào Pháp nghĩa là phải nghe lời dạy của đức Thế Tôn, ngài vốn được coi là một lương y. Không có thuốc nào chữa khổ đau tận gốc rễ ngoài lời giảng dạy của Bụt.

Trong thế kỷ này, hai trận thế chiến I và II đã giết hại nhiều người. Một tập thể đông đảo (khoảng 6 triệu) người Do Thái bị Đức quốc xã giết hại. Nhiều triệu người chết trong thời Staline, thời Mao. Nguyên nhân vì tâm thần những người cầm quyền đó bị nhiễu loạn. Khi chúng ta không biết cách kiềm chế những rối loạn trong tâm thức, thì chúng sẽ tự tung tự tác, kết quả có thể là những tàn phá khủng khiếp. Chúng ta có thể nói rằng chỉ cần một người điên loạn cũng có khả năng hủy diệt tất cả nhân loại rồi. Tất cả những rắc rối, khổ đau, phiền trược của loài người trên thế giới này đều vì những trạng thái tâm thần bất an, nhiễu loạn. Tất cả những tính thiện, hạnh phúc, đều do ý muốn làm việc có ích lợi giúp người khác (lợi tha), dù cho các công trình đó thuộc về thế tục hay trong chiều hướng tâm linh. Dù cho ta không theo một tôn giáo nào, tất cả chúng ta ai cũng cần có tấm lòng thiện. Như vậy, ta sẽ thực chứng được hòa bình và an lạc. Khi có người cười với mình, có phải ta sung sướng hơn chăng? Khi người ta nhăn nhó hay cằn nhằn mình, ta cũng khó chịu chứ? Chúng ta là loài sinh vật sống thành xã hội, mà nguyên tắc căn bản của đời sống là sự hợp tác và sự tương quan mật thiết với nhau. Tinh thần hợp tác được xây dựng trên lòng từ ái đối với nhau. Nếu chúng ta có lòng từ ái, thì chúng ta sẽ có hạnh phúc trong gia đình, với hàng xóm và cộng đồng mình sống. Ngược lại nếu ta cứ âm mưu chống đối, giận giữ nhau, ta sẽ có thể rất giàu sang nhưng không có hạnh phúc.

Trong những chế độ độc tài, có những kẻ làm gián điệp theo rõi mọi hành động trong cộng đồng, ngay cả trong gia đình họ nữa. Kết quả là không còn ai tin được ai, lúc nào cũng nghi ngờ mọi chuyện. Một khi chúng ta không còn tin tưởng và không biết quý trọng lòng thành thực của ai khác thì làm sao ta sống hạnh phúc được? Ta sẽ phải sống trong một xã hội đầy sợ hãi, nghi ngờ và ta sẽ giống như một con quạ, sợ cái bóng của chính nó.

Vậy nên có tâm ý muốn tạo phúc lạc cho người khác, cho chúng sanh, là điều kiện thiết yếu cho một cuộc đời an lạc. Ngày ngay, tại các nước đã phát triển, có nhiều tiến bộ về kỹ thuật và vật chất. Nhưng vì con người thiếu bình an nội tại và lòng từ bi trong thâm tâm, các quốc gia này đang phải đối diện với khá nhiều vấn đề. Nếu nghĩ rằng chỉ có tiền là đủ đem lại hài lòng và hạnh phúc thì thật quá lầm lẫn. Lòng vị tha chắc chắn là một điều kiện đáng kể.

Do sự tiến bộ về kỹ thuật, tiềm năng phá hoại của chiến tranh hiện đại lớn không thể tưởng tượng. Dĩ nhiên chúng ta sẽ cho rằng đôi khi phải cần tới chiến tranh để xây dựng hòa bình. Nhưng làm sao ta có hòa bình lâu dài căn cứ nơi chiến tranh, hận thù và bắn giết kẻ khác? Sự hợp tác thực thụ, hòa bình và phúc lạc lâu bền chỉ có thể xây dựng trên tinh thần từ bi bác ái. Khi nào đi ra nước ngoài giảng pháp, tôi cũng nhấn mạnh rằng lòng từ ái, thương người rất là quan trọng. Trong kinh điển đạo Phật, điểm chính yếu là phải biết nuôi dưỡng lòng vị tha. Đó là lòng mong mỏi phát triển Phật tánh để cứu khổ cho mọi loài.

CHƯƠNG 4
CUỘC SỐNG TỈNH THỨC

Tôi thấy rằng con đường nuôi dưỡng tâm tỉnh thức (hay tâm chánh niệm) là nguồn gốc của tất cả mọi hạnh phúc. Đó là con đường đáp ứng và thỏa mãn được mục tiêu của đời ta và của mọi chúng sinh. Làm sao mà chúng ta bỏ qua được chuyện ấy?

Những người trong chúng ta muốn đi theo con đường của Bồ tát là những con người có tinh thần trách nhiệm cao: muốn giúp cho mọi loài trong vũ trụ được an vui. Chúng ta cần học hỏi những giới luật khác nhau, cần biết nên thực tập cách nào và tránh những lỗi lầm ra sao. Thực hành như vậy chưa đủ, ta cần phải sống đời hàng ngày sao cho thân, khẩu, ý của ta không tạo ra những nghiệp bất thiện. Chúng ta phải biết tự kiềm chế để không hành xử sai lầm. Ta phải phát triển phương cách tu tập sao cho ngay trong giấc mơ, ta cũng vẫn tỉnh thức. Làm được như vậy là chúng ta có thể giữ gìn được tâm chánh niệm, không để nó bị tàn hoại.

Cho dù chỉ trong khoảng khắc, ta ngăn cản các chúng sinh khác không cho họ được hưởng phúc lợi; hoặc trong một vài giây phút nào đó, ta gây trở ngại cho tâm chánh niệm thì ta cũng đã cản bước các Bồ tát đang muốn giúp đỡ muôn loài. Kết quả là trong nhiều kiếp sau, ta sẽ phải sống khổ sở. Nếu phá hoại an lạc của một chúng sinh có thể gây ra chuyện đọa sanh vào kiếp khác thấp kém hơn, thì việc phá hủy an lạc của vô số chúng sanh sẽ đưa ta tới đâu? Vậy nên nếu chúng ta cứ lẫn lộn tâm tỉnh thức với vọng tâm, lúc ngộ lúc mê, nuôi dưỡng tâm chánh niệm rồi có khi lại thất niệm, phạm lỗi nặng, thì ta còn lâu mới tinh tấn, để tinh thần đạt tới mức cao hơn. Muốn dốc tâm tu tập một cách can đảm và tự tin, ta phải thực hiện đầy đủ các giới hạnh bồ tát.

Bạn nên quán tưởng là nếu bạn không nỗ lực trong việc học tập và thực hành Bồ Tát đạo, thì bạn còn bị luân hồi trong nhiều kiếp thấp kém. Nếu vì những phiền não và các hành nghiệp bất thiện, bạn bị rớt vào những kiếp sống khổ đau thì Bụt cũng không giúp gì được bạn. Vô lượng chư Bụt đại từ đại bi đã thị hiện để cứu giúp chúng sinh. Nhưng vì lầm lỗi của chính mình, bạn không được các ngài độ cho. Nếu bạn không cẩn trọng, để những phiền não xâm lấn tâm trí mình, thì bạn sẽ tiếp tục bị đọa vào cõi bất an hoài, Bụt cũng không cứu được bạn. Cho dù thoát được những kiếp tối tăm, thì bạn cũng sẽ là một sinh vật bị nhiều thương tích, bị đau ốm, hay gặp nhiều trở ngại khác. Vậy thì, điều quan trọng là chính bạn phải tự mình thu nhập được các nghiệp thiện và loại trừ được những nghiệp dữ.

Hiện nay chúng ta đang rất may mắn. Chúng ta được làm người và gặp được giáo pháp của Bụt; ta có niềm tin và cơ hội để phát triển những tính thiện. Đây là điều hiếm có. Chúng ta có thể khỏe lúc này, có thể giàu có và không gặp hiểm nguy. Nhưng cuộc đời có nhiều bất ngờ cùng với năm tháng trôi qua. Thân này là thứ ta vay mượn. Nếu hiện nay ta bị vướng mắc vào những khổ đau và hành nghiệp bất thiện thì chắc chắn trong tương lai ta sẽ không được làm người. Nếu may mắn, sinh ra được làm người, thì cũng lại phải vào hoàn cảnh tệ hơn, và ta cũng chỉ tiếp tục gom nhặt được những hành nghiệp xấu mà không biết tới những nghiệp tốt. Trừ vài trường hợp ta gặp cơ may, nhưng sẽ phải cố gắng lắm mới ta làm được vài việc thiện. Ta sẽ rất đau khổ, tâm trí ta bối rối và mê mờ. Vậy nên ta không có may mắn làm được chuyện gì tốt đẹp. Sống đau khổ như thế, ta ngày càng tạo nhiều nghiệp bất thiện, có thể tai ta không hề được nghe tới tiếng «hạnh phúc», nói gì tới chuyện tái sinh sang kiếp tốt lành hơn?

Bụt Thích Ca từ bi đã dạy chúng ta một câu chuyện ngụ ngôn như sau. Hãy tưởng tượng trên đại dương có một cái vòng nhỏ bềnh bồng trên sóng. Dưới đáy biển có con rùa mù, mỗi trăm năm mới nổi lên mặt nước một lần. Cơ may được làm kiếp người của chúng sinh cũng giống như cơ may của con rùa khi nó nổi lên mà chui được vào cái vòng tròn đó. Chúng ta thường tạo nhiều ác nghiệp, vậy nên ta sẽ phải tái sinh trong địa ngục đầy khổ đau. Không phải cứ sống trong khổ đau là ta trả hết được quả xấu đâu. Vì khi sống trong hoàn cảnh tệ hại, chúng ta lại hay tạo thêm nghiệp dữ, lại càng đau khổ. Chúng ta có sẵn trong tâm thức những hạt giống và điều kiện để thêm nhiều phiền trược và tạo thêm nghiệp ác. Một khi bị đoạ vào những cõi thấp kém, khó mà ta ra thoát được. Vậy nên khi đang được may mắn sống đời tự do, nếu chúng ta không nuôi dưỡng tâm linh, làm quen với tính thiện, thì cũng như ta vô tình làm hại chính mình vậy.

Chúng ta mong được hạnh phúc, không muốn bị khổ đau. Ta lại có cơ hội nuôi dưỡng các nhân duyên của hạnh phúc, hủy bỏ những gốc rễ khổ đau. Bỏ qua cơ duyên như vậy là chuyện điên rồ nhất đời. Nếu chúng ta thu thập nhiều ác nghiệp thì khi chết, ta sẽ nhìn thấy địa ngục khủng khiếp, và ta sẽ chết trong sợ hãi, lo lắng. Sau thời gian ngắn ở trong cõi Trung Ấm, ta sẽ bị tái sinh vào cảnh giới xấu xa. Rất có thể là bị đọa xuống địa ngục. Những niềm đau và nỗi khổ làm cho ta ân hận, tâm tư tràn đầy phiền não. Chúng ta đang có được cơ hội hãn hữu, do tình cờ hay do may mắn. Ta hãy nhận biết và phân biệt cái gì tốt đẹp tạm thời, cái gì là vĩnh cửu. Nếu chúng ta không chăm sóc phần hồn, chỉ sống buông thả vào cuộc đời thô trược thì tâm ta sẽ rơi vào mê lộ. Giống như ta là người không có đầu óc vậy.

Những cảm thọ phiền não tiềm ẩn lặng lẽ trong tâm thức, phá hoại ta. Hãy coi chúng làm hại ta ra sao. Chẳng hạn khi cái giận phát khởi lên thì nó giống như một người bạn tốt đến bảo ta: "Đừng lo, tôi tới giúp bạn đây". Bạn có thể đã bỏ đối phương mà đi chỗ khác, nhưng cái giận phát khởi, làm như nó cho bạn vay mượn sự can đảm giả tạo, khiến cho bạn thấy mình táo bạo và trả đũa đối phương một cách điên rồ. Sự ngu muội (Si) cũng tới với ta như một người bạn nhỏ nhẹ, rồi nó làm cho ta thất vọng và tàn hoại ta. Vì những sân si, ta mất chánh niệm về tính Bất Nhị. Khi giận, ta hầu như phát điên, và mất hết ý niệm về sự bất phân biệt. Bạn có thể đánh một người này nhưng lại trúng kẻ khác. Khi giận bạn nói ra những điều vô lý và gây hấn đáng lẽ không nên nói. Khi sự sân si giảm xuống, ta sẽ nhận ra lỗi lầm của mình và ân hận, nhưng ta đã tạo nghiệp xấu mất rồi!

KẺ THÙ LÀ AI?

Bình thường ta nghĩ tới kẻ thù như những người ở ngoài ta. Ta nghĩ tới những lực ma quái hay thù hận như những thứ ở đâu khác. Ta nhắm vào đối phương và các thứ bên ngoài để tìm cách bảo vệ mình. Nhưng theo giáo pháp của Bụt, kẻ thù bên ngoài không hẳn là kẻ thù. Sự thù hận từ bên ngoài trong thời gian này có thể trở thành tình bằng hữu thân thiện sau đó. Dù cho đó là kẻ thù chăng nữa, thì họ cũng giống như mình, mong được hạnh phúc, không muốn khổ đau. Đó là những kẻ cần tới lòng từ bi của ta.

Nếu chúng ta nghĩ kẻ thù là những gì mang tai hại tới cho ta, dù chỉ có tác hại trong thời gian ngắn ngủi thì chính cái thân ta cũng là kẻ thù của ta vậy. Nó mang tới cho ta bao nhiêu đau đớn. Tương tự, ta cũng có thể coi tâm trí ta cũng là kẻ thù của ta nữa, vì khi thất vọng nản lòng, ta thật khổ sở. Kẻ thù bên ngoài mai kia có thể là bạn, không bao giờ là kẻ thù hoài hoài. Kẻ thù chính là tâm phiền não của chính ta. Đó chính là kẻ thù thật sự và nó sẽ hiện hữu vĩnh viễn trong ta. Trong kinh Bụt dạy, những tâm tư phiền não là kẻ thù, là thứ gây họa cho ta. Muốn được giải thoát hay tới cõi Niết Bàn, ta phải chiến thắng kẻ thù phiền não đó. Đạt tới Niết Bàn không phải là thay đổi cái thân mạng này hay dọn tới một hành tinh khác. Người dân Tây Tạng thường nói về đời sống gia đình như «tôi đang lang thang trong vòng luân hồi», làm như nếu không có gia đình thì họ sẽ được giải thoát. Nhưng đó không phải là sự giải thoát đích thực. Vì chính thân mạng mình là một sinh hoạt luân hồi, và chính vì cái thân này mà chúng ta tích tụ nghiệp dữ. Tham, sân, si được coi là những kẻ thù nội tại, nằm ngay trong chúng ta. Dù chúng không có khí giới, chúng vẫn chế ngự và sai khiến ta được. Chúng tạo nên những ảnh hưởng và hậu quả tàn hại vô cùng.

Khi chúng ta không chống cự được thì ta có thể chạy trốn những kẻ ngoại thù. Như năm 1959, khi bị quân Trung Quốc vây khốn, chúng tôi đã qua đèo, vượt núi trốn thoát. Thời xưa người ta có thể ẩn náu trong đồn lũy kiên cố nhưng ngày nay, nếu ẩn trong đồn, ta chỉ trở thành mục tiêu cho họ tấn công. Các vị vua chúa thời cổ xưa sống trong thành quách, tưởng như họ sẽ sống vĩnh viễn. Đó là lý do khiến ta còn thấy rất nhiều đồn lũy ở Ấn Độ. Vạn Lý Trường Thành bên Trung Hoa cũng vậy, xây dựng bằng bao nhiêu mạng người, cũng vì một lý do đó. Nhưng nấp sau các công trình kiến trúc, nếu kẻ thù vẫn còn hiện hữu ngay trong con người bạn, thì bạn không làm chi được. Bạn làm sao trốn chạy được kẻ thù này? Nếu có vài giống vi trùng độc hại ở trong bạn thì bạn có thể uống hay chích thuốc để diệt chúng, nhưng chúng ta không thể dùng một sức lực bên ngoài để diệt trừ phiền não trong tâm ta. Đó là những kẻ thù thứ thiệt.

Dù cho tất cả các vị thần trong vũ trụ hay tất cả các sinh vật trên thế gian thù nghịch với bạn họ cũng không thể đưa bạn vào địa ngục được. Phiền não, trái lại có thể đẩy bạn vô đó tức thời. Vậy nên từ thuở sơ khai, phiền não luôn luôn là kẻ thù làm hại và hủy diệt chúng ta. Không có kẻ thù nào dai sức như những tâm hành phiền não. Kẻ thù nào cũng sẽ chết và biến đi. Nếu ta chiều theo yêu cầu của một kẻ thù bình thường, thì từ từ họ sẽ trở thành bạn, mang lại lợi lạc cho ta. Nhưng ta càng nương tựa vào phiền não, thì chúng lại càng tác hại và mang đau khổ tới cho ta. Đó là thứ kẻ thù thường trực, lâu dài và là nguyên nhân duy nhất gây ra những khổ đau của chúng ta. Còn để cho chúng hiện hữu yên ổn trong ta thì ta chưa thể có hạnh phúc.

Nếu để mình bị sa vào cái lưới vướng mắc, thì bạn đừng mong cầu hạnh phúc. Bạn phải nhận diện, biết những cảm thọ phiền não là kẻ thù thật sự của mình. Nhận diện được chúng rồi, bạn phải dùng các chất giải độc và có can đảm đối diện để chống lại chúng. Bạn phải hiểu rằng đó là nguồn gốc của tất cả khổ lụy của mình.

Trong đời sống bình thường, khi gặp một chuyện nhỏ thôi là ta nổi giận và muốn trả đũa ngay. Khi không bỏ qua được chuyện gì là ta mất ngủ. Khi một người lính ra trận, họ tình nguyện chịu cảnh bị thương và chỉ trở về sau khi chiến tranh chấm dứt, tự hào khoe những vết thẹo trên mình họ. Vậy thì tại sao ta lại không kiêu hãnh về công trình khổ cực chiến đấu chống phiền não của ta? Để được hưởng lợi chút ít, người ngư phủ, người đồ tể hay nhà nông rất chịu thương chịu khó trong công việc. Vậy thì tại sao chúng ta không chịu cực với công tác khó khăn hơn: đó là việc đạt tới quả vị Bụt để cứu độ chúng sanh?

Khi lâm chiến, chúng ta có thể thắng kẻ thù và đuổi họ ra khỏi bờ cõi xứ mình. Họ có thể tụ họp lại, tăng cường quân lực và trở lại trận tiền. Nhưng khi chiến đấu chống phiền não, một khi bạn đã thắng và loại được chúng thì chúng không thể quay lại nữa. Trong khía cạnh này, phiền não là một thứ kẻ thù yếu ớt. Ta cũng không cần võ khí nguyên tử hay bom đạn để phá hủy chúng. Chúng yếu ớt vì một khi ta đã nhìn thấy sự thật và nuôi dưỡng được tuệ nhãn đó, là ta có thể loại trừ được phiền não. Khi ta đã phá hủy được phiền não trong tâm, thì chúng sẽ đi đâu? Chúng biến mất vào hư vô, không có chỗ nào mà trú ẩn. Vậy nên chúng không thể trở lại làm hại ta.

Không có một thứ phiền não nào hiện hữu độc lập. Khi sân si nổi lên trong tâm ta, chúng khá mạnh và làm cho tâm ta rối loạn. Tuy vậy, nếu nhìn nó cho kỹ thì nó sẽ không còn chỗ trú. Nó không ở trong cơ thể hay trong các giác quan của ta được. Nếu ta cố tìm những cảm thọ phiền não trong các thành tố tinh thần hay vật chất của ta, thì ta sẽ không tìm thấy chúng. Chúng giống như những ảo giác mà thôi. Sao ta lại để chúng lôi ta xuống địa ngục?

ĐIỀU PHỤC TÂM

Nếu chúng ta luôn tỉnh thức và quán chiếu kỹ càng thì ta sẽ biết nên huân tập hay nên bỏ bớt những tính khí nào. Khi biết được cái gì có giá trị rồi, thì ta sẽ nhận diện được các cảm thọ tiêu cực ngay mỗi khi chúng bắt đầu khởi lên. Và ta có thể tự kiềm chế được. Sự chú tâm và cẩn trọng rất cần thiết. Tùy theo mức độ tỉnh thức mà ta chú tâm được nhiều hay ít. Ta cần theo dõi thân, khẩu và ý của ta bất cứ lúc nào. Tâm ta giống như con voi. Nếu ta để nó lang bang, không điều khiển thì nó sẽ phá hoại. Tâm chưa được điều phục có sức tàn phá mạnh hơn loài voi rừng nhiều.

Vấn đề là làm sao cho được tâm vào kỷ luật? Bạn cần có chánh niệm, nó là sợi dây kiểm soát thân, khẩu và ý nghiệp của bạn. Sợi dây chánh niệm sẽ cột con voi tâm bạn vào đối tượng quán chiếu như vào một cái cột. Nói khác đi là ta buộc con voi tâm vào những tánh thiện, không để nó lang thang về những hướng bất thiện. Để ý coi tâm đi về hướng nào. Nếu là hướng thiện, thì bạn nên vui mừng và làm cho nó mạnh lên. Khi bạn hướng được tâm về phía tích cực, bạn sẽ vượt thoát được sợ hãi.

Thiện hay bất thiện đều khởi lên từ tâm, tùy theo tâm bạn đã được chuyển hóa hay chưa. Điều quan trọng nhất là phải điều phục được tâm, cho nó vào kỷ luật. Tất cả những khổ đau, sợ hãi đều phát khởi từ tâm ta. Bụt dạy rằng không có kẻ thù nào mạnh hơn tâm mình. Trong cuộc đời, không có gì đáng sợ, đáng ghê cho bằng cái tâm mình. Bụt cũng nói rằng chính tâm mình là nơi phát khởi những đức tính tuyệt hảo. Nguồn gốc của hạnh phúc và khổ đau đều là tâm cả. Thực tập tính thiện, ta có hạnh phúc, huân tập tính ác, ta bị khổ đau. Dù chỉ mới thực tập, khi càng chế ngự và kiểm soát được tâm ý, ta càng được sung sướng, thảnh thơi.

Khi ta an lạc, nhẹ nhõm, dù cho cả vũ trụ coi ta là kẻ thù, ta cũng không sợ hãi hay đau khổ. Mặt khác, khi trong nội tâm ta bị xáo động hay phiền não, thì cho dù có món ăn ngon tuyệt để trước mặt, ta cũng không thưởng thức được nó. Nghe những chuyện hay ho ta cũng chẳng thấy vui. Vậy nên tùy theo tâm ta có kỷ luật hay không, ta sẽ sung sướng hay đau khổ.

Khi ta đã chuyển hóa để tâm ta không tham đắm, không chiếm hữu là ta đạt tới hạnh bố thí Ba La Mật. Bố thí Ba La Mật đây nghĩa là bạn cho chúng sinh hết thảy những gì bạn có, kể cả những quả lành do hạnh bố thí này. Sự tu chứng hoàn toàn tùy thuộc vào cái tâm mình. Trì giới cũng vậy, đó là một tâm thức bất hại đối với tất cả mọi chúng sinh. Đó là sự thực chứng vô ngã. Nhẫn nhục Ba La Mật cũng thế. Vọng tâm của chúng sinh thì vô lượng. Nhưng một khi bạn đã điều phục được tâm mình, thì bạn có thể loại bỏ được tất cả các kẻ thù từ ngoài tới. Khi tâm bạn an bình, dù cả vũ trụ thù nghịch với bạn, bạn cũng vẫn không phiền não. Để bảo vệ cho chân khỏi bị xước sát, bạn không thể che phủ tất cả mặt đất bằng da. Bạn lót một lớp da dưới gót chân bạn thì hữu hiệu hơn.

TÂM CHÁNH NIỆM

Muốn bảo vệ tâm ý mình, bạn cần cố gắng giữ gìn

chánh niệm. Khi bạn không để ý, chánh niệm bị hao hụt đi, thì công phu thu nhặt được trong quá khứ sẽ bị mất đi như bị kẻ trộm cướp đi vậy. Hệ quả là bạn sẽ sinh vào một cõi thấp kém. Những ác nghiệp giống như kẻ cướp, kẻ trộm. Chúng luôn luôn tỉnh táo chờ cơ hội. Nếu có dịp là chúng cướp ngay công đức bạn có. Chúng lấy đi cuộc đời hạnh phúc của bạn. Vậy nên đừng để cho chánh niệm bị yếu đi. Nếu đôi khi lỡ thất niệm, bạn nên nghĩ tới những khổ đau vô hạn của cuộc đời để nhớ tăng cường chánh niệm lên.

Làm sao để giữ được chánh niệm và tỉnh thức? Gần cận các bực thầy và nghe họ giảng dạy để biết nên tu tập ra sao. Bạn càng kính trọng giáo pháp thì bạn càng tỉnh thức. Khi gần tăng thân tốt, bạn cũng có thêm chánh niệm. Bạn sẽ biết nên huân tập các đức tính nào, nên xả bớt những tính bất thiện nào khi được nghe Pháp và thân cận với các thiện tri thức. Khi quán chiếu về tánh chất Vô Thường và những khổ đau trong cõi ta bà, bạn sẽ thấy sợ, và từ đó, sẽ tập được chánh niệm.

Một phương pháp khác để thực tập Chánh niệm là biết rằng Bụt và các Bồ Tát là những trí tuệ siêu quần. Họ luôn luôn biết rõ bạn đang làm gì. Nhớ tới sự hiện diện đó, bạn sẽ cẩn trọng hơn. Bạn sẽ mắc cỡ khi làm gì sai trái. Vì Bụt và chư Bồ Tát có chánh niệm thường trực, thông suốt, ta không thể dấu họ chuyện gì. Ta thực tập quán tưởng kính ngưỡng Bụt khi hiểu chuyện này. Bình thường chúng ta tưởng rằng Bụt và Bồ Tát chỉ để ý tới ta khi ta tụng kinh, cầu nguyện hay niệm hồng danh của họ. Không phải vậy. Trí tuệ Bụt siêu việt, ngài nhận biết mọi chuyện dù vi tế tới đâu. Ngài có đại trí, hiểu được mọi sự vật, vượt cả không gian lẫn thời gian. Khi quán tưởng Bụt, ta nên biết rằng Bụt và các Bồ Tát luôn hiện hữu bên ta. Đây là một điều quan trọng trong sự tu tập hàng ngày.

Nếu bạn có chánh niệm, thì mỗi khi một niệm bất thiện khởi lên, bạn có thể kiềm chế được mình. Tỷ dụ như khi nói chuyện với một người khác, bạn thấy mình bắt đầu nổi giận. Chánh niệm sẽ giúp bạn ngừng lại hoặc thay đổi đề tài. Bạn nghĩ tới bạn thì sẽ thấy là dù đối phương có vô lý và dùng những lời lẽ khiêu khích, bạn cũng không nên trả đũa. Thay vì đối phó với tình trạng đó, bạn chỉ để tâm tới khía cạnh tốt đẹp của đối phương. Làm vậy, bạn cũng sẽ bớt giận đi.

Tâm trí ta giống như một con voi, thường bị những cảm xúc lao xao đầu độc, bạn nên cột nó vào cái trụ vững chắc của sự tu tập tâm linh. Ráng cố gắng hết sức để quán sát tâm mình, đừng sơ hở phút nào hết. Coi xem nó sắp làm gì, đang làm gì. Chẳng hạn khi thiền quán, ngay từ lúc đầu, bạn nên chú tâm một cách cẩn thận, không để bị sao lãng chút nào. Thời gian đầu, có thể bạn chú tâm được khoảng 15 phút không thất niệm mà thôi. Sau khi đã có thói quen như vậy, bạn có thể thiền tọa lâu hơn.

Dĩ nhiên, điều phục tâm và chú tâm quán sát đề tài thiền quán là chuyện khó khăn. Buộc tâm mình làm điều mình muốn làm cũng không dễ. Nhưng dần dà quen đi, bạn sẽ thành công. Bạn có thể dùng bất kỳ phương pháp nào giúp cho bạn kiểm soát được tâm mình. Chẳng hạn như ngồi quay mặt vào vách giúp cho bạn ít bị chia trí hơn các cách khác. Lúc này nhắm mắt lại thì tốt, khi khác mở mắt ra lại dễ thực tập hơn. Tất cả tùy vào khuynh hướng cá nhân và cơ duyên của bạn.

Vậy nên cần phải tỉnh thức và cẩn thận đối với những phiền não và các hành động vô nghĩa lý. Nếu bạn muốn đi đâu hay làm chuyện gì thì trước hết phải biết việc đó có đáng làm chăng? Khi bạn bắt đầu bị tham đắm hay khi bắt đầu giận dữ ai thì bạn đừng làm gì cả. Không nói gì, không nghĩ gì, bạn làm như mình là khúc gỗ mà thôi. Khi bạn muốn cười cợt, ba hoa về chuyện gì, hay muốn bàn về lầm lỗi của ai đó, muốn đánh lừa người khác, hoặc giả muốn nói những lời thô lỗ, muốn đưa ra những nhận xét cay chua hoặc tự khen mình, chê bai kẻ khác....những khi đó, bạn nên coi mình như khúc gỗ thì hơn. Khi thấy mình có khuynh hướng muốn đạt tới mục tiêu cá nhân mà không đếm xỉa tới người khác, mà lại muốn thảo luận về chuyện đó, thì cũng chỉ nên làm như mình là khúc củi. Khi bạn sắp mất kiên nhẫn, lười biếng hay chán nản, hoặc khi bạn muốn nói những ra nhận xét tàn nhẫn hay quá tự mãn, thì cũng hãy ráng làm như khúc gỗ đi.

Người thiếu trưởng thành về tâm linh có đầu óc hẹp hòi giống như những đứa trẻ con ưa tranh cãi, không thể chơi chung với ai khác. Đừng bực với họ mà nên từ bi với họ, quán để hiểu rằng tính khí khó chịu của những đứa trẻ ấy là do phiền não trong tâm trí chúng. Do đó ta hiểu chúng hơn. Đừng bắt chước chúng. Thiền quán về tính giác giúp bạn vượt thoát được ý niệm về cái Ngã riêng biệt. Bạn sẽ thấy bạn là một phần của Bồ Tát. Hãy luôn quán như vậy, và nhất quyết đạt tới Chân Như trong đời người quý giá này.

THÂN VAY MƯỢN

Chúng ta cũng cần đối diện với sự vướng mắc vào cái thân này. Khi chết đi, thân ta có thể được liệng cho chim kên kên ăn, ta đâu có quan tâm. Vậy có sao ngày nay ta lại vướng mắc vào cái thân mình đến thế? Nếu ta mượn món đồ gì của một người có thế lực, sớm muộn gì ta cũng phải trả nợ thôi. Cái thân này cũng là thứ vay mượn . Dù ta cố gắng giữ gìn nó tới đâu, sẽ có lúc ta phải bỏ nó lại. Vậy mà vì nó, ta tạo ra những hành nghiệp gây ra biết bao khổ đau.

Chúng ta hãy quán chiếu về cái thân này: trước hết là lớp da. Dưới nó nào là thịt, là gân cốt, mạch máu vân vân...Quang tuyến cho ta thấy sự thật: thân ta là tập hợp của xương, da và thịt. Nhưng ta thường nghĩ: đây là thân thể đẹp đẽ lịch sự của tôi. Nhưng nếu nhìn sâu vào, dưới lớp da hồng hào chỉ là thịt, xương rồi tủy...Căn bản của nó là gì? Sao ta phải yêu quý cái Thân đến thế? Ta cho là phải chăm sóc cái thân mình thật cẩn thận. Nó cần quần áo và thức ăn. Mà không phải bất kỳ quần áo nào, y phục phải là thứ đẹp nhất cơ. Dĩ nhiên ta cần quần áo che thân cho ấm hay đỡ nóng nực, nhưng sao lại cần tiêu nhiều tiền vào chuyện che thân đến vậy? Ngoài ra người giàu sang còn cần trang sức. Người thì sỏ lỗ tai, kẻ sỏ mũi để đeo những cái toòng teng vô đó,

Tất cả những điều trên là kết quả của vô minh. Nếu bạn quán chiếu chuyện này cho kỹ, bạn sẽ thấy rằng bạn không thể tìm được tự tánh của cái thân. Đó chỉ là do trí khôn mà con người tạo ra bao nhiêu thứ chuyện. Do vọng tưởng, ta gọi người này là giàu có, kẻ kia là đẹp đẽ. Người đời nghĩ như vậy thì còn được chứ tu sĩ mà đeo trang sức thì thật là tệ hại. Hãy nghĩ coi Bụt Thích Ca sống ra sao? Ngài chỉ là một vị tu sĩ giản dị, không có chút trang sức nào.

Vậy, khi bạn quán chiếu cái thân, bạn sẽ thấy nó không có tự tánh. Nó chỉ là tập hợp của nhiều chất dơ bẩn, giống như một bộ máy sản xuất rác rưởi. Sao mà ta còn vướng mắc vào nó đến thế? Vì sao mà bạn gìn giữ cái thân thể vật chất này? Bạn không ăn được thứ thịt đó, không uống được loại máu đó, và cũng chẳng gậm được loại ruột gan của mình. Cơ thể ta có ích lợi gì? Có phải ta ráng bảo vệ cái thân mình để tới khi chết cho kên kên ăn chăng? Thân chúng ta bắt đầu từ hai cái trứng của bố mẹ. Nhưng nếu chúng ta bước qua một vũng những thứ này trên sàn nhà, ta sẽ thấy nó gớm ghiếc vô cùng. Nếu nhìn xa nữa, ta sẽ thấy cơ thể mình được tạo ra nhờ những chất xấu xí đó từ bao đời trước. Cũng vậy, khi ta nhìn sâu vào tính chất của thân ta, thì xương, thịt, da ...đều là những thứ đáng ghê tởm.

Mỗi ngày, cho tới khi chết, ta ăn uống để nuôi dưỡng cái thân. Tôi đã ngoài lục tuần rồi. Suốt hơn sáu mươi năm đó, tôi đã ăn bao nhiêu thực phẩm, ăn bao nhiêu thịt? Bao nhiêu sinh vật đã mất mạng vì tôi? Chúng ta dùng bao sức lực để nuôi cái thân. Nếu mục đích cuộc đời chỉ có thế thôi thì có lẽ ta chỉ nên làm loài thú hay sâu bọ, ít nhất là ta không làm hại loài khác.

Ý NGHĨA CUỘC ĐỜI

Nếu chúng ta không thể dùng trí thông minh của con người một cách tích cực, thì có lẽ cuộc đời này không có mục tiêu nào cả. Ta chỉ là cái máy sản xuất ra phân bón. Làm người, chúng ta phải biết dùng trí tuệ và chánh niệm về Bất Nhị để làm gì lợi ích cho chúng sanh. Như vậy cuộc sống mới có ý nghĩa. Đó là con đường dẫn tới hòa bình tạm thời và hòa bình vĩnh cửu. Học cao hay giàu sang chẳng có gì là lạ hết. Nếu chúng ta không có lòng từ bi thương xót chúng sanh thì dù có phương tiện và tài năng tới đâu cũng vô ích và vô nghĩa. Vì thế, chúng ta phải dùng thân mình để nuôi dưỡng trí tuệ, thực tập để chứng nghiệm những tính thiện.

Hãy ráng tự kiềm chế và hiểu rằng giúp ích kẻ khác là mục đích của đời người. Khi hiểu vậy, bạn có thể luôn luôn kiểm soát được thân tâm và dùng nó để giúp ích chúng sanh. Những con người thông minh biết nuôi dưỡng chánh niệm, biết đánh đổi sự an lạc của họ lấy những đau khổ của kẻ khác. Đó là những con người có thể đạt tới quả vị Phật. Đó là con đường của tự do và độc lập. Với lòng can đảm, tự tin và thoải mái, họ tin sẽ đạt tới mục tiêu nên họ thường tươi cười với người khác thay vì giận giữ cau có. Họ từ bi với mọi người, thân thiện và thẳng thắn, đối xử với mọi người như bằng hữu.

Trong cách cư xử, đừng gây phiền não hay làm hại kẻ khác. Nên cư xử giản dị, khiêm tốn. Hãy bắt chước con mèo luôn luôn hành động nhẹ nhàng, lặng lẽ chứ không rối rít lên. Khi có người nào cho bạn những lời khuyên có ích, hãy tiếp nhận và kính trọng họ. Học lấy những đức tính nơi người khác, coi mình như học trò của tất cả các chúng sanh. Khi người ta nói hay làm những điều tốt, hãy khen ngợi họ. Bạn có thể khen thẳng mặt, nhưng như vậy coi như nịnh người ta. Tốt hơn là nên khen họ với người khác. Khi có người nào được ca ngợi, thì hãy vỗ tay theo. Thường khi nghe người ta khen nhau, ta hay nói một cách bi quan: »Đúng vậy, tuy nhiên....« hoặc không công nhận những lời khen đó mà lại nêu lên vài khuyết điểm. Nếu có người nói tới những đức tánh của bạn, thì bạn nên xét lại coi mình có những tánh thiện đó chăng. Đừng để cái tôi nó phồng lên, coi mình là người rất quan trọng. Thay vì tự mãn, bạn hãy tỏ ra biết ơn khi được tán thưởng như vậy.

Khi tôi còn nhỏ, Thầy trụ trì tu viện dạy tôi viết chữ. Thầy kể chuyện khi dạy học, có lần thầy nói tới bộ râu, cái bướu cổ và sói đầu là ba thứ trang sức của một thầy tu. Trong thính chúng có một tu sĩ cũng có đủ ba thứ ấy. Anh ta cảm thấy hãnh diện, duỗi dài đôi chân ra một cách tự mãn. Nhưng khi thầy tôi nói đó là ba dấu hiệu của một số mệnh không tốt, anh bạn tôi vội rụt ngay chân lại. Khi được khen ngợi, bạn đừng phỉnh mũi lên. Chỉ chỉ nên nghĩ rằng người khen đó có thiện tâm vì họ nhận ra được những thiện tính.

Khi bắt đầu bất cứ dự án gì bạn cũng nên hướng vào việc mang phúc lợi cho chúng sanh. Hạnh phúc và an lạc trong tâm mình là chuyện không thể mua được. Ta chỉ có thể nuôi dưỡng chúng. Khi thấy có người hạnh phúc, ta nên chia sẻ niềm vui với họ. Hãy vui sướng khi thấy người khác hạnh phúc, không ghen ty, không cạnh tranh, chỉ vui thôi. Được như vậy, bạn sẽ tự nhiên được hài lòng, và sẽ thấy đời mình có ý nghĩa. Bạn có thể an tâm khi bạn không bao giờ là kẻ thù hay làm phiền người khác.

Những người hay gây hấn hoặc làm phiền người khác thường luôn luôn bất an, không phải chỉ khi thức mà ngay trong giấc mộng cũng vậy. Nếu bạn giúp đỡ người khác và tạo nên môi trường hòa bình an lạc, bạn sẽ được an lạc, ngay cả trong giấc mơ. Vui sướng khi thấy người khác hạnh phúc là niềm vui trong sáng, vô nhiễm. Nó cho ta phúc đức ngay lúc đó và trong tương lai. Nếu bạn khổ sở và ghen tỵ khi thấy kẻ khác hạnh phúc, thì mắt bạn sẽ cay, lưng bạn sẽ đau và áp huyết cao vọt lên ngay. Ngay lúc này, tại đây, bạn đã khổ tâm và đau đớn, tương lai lại còn tệ hơn nữa.

TA VÀ NGƯỜI KHÔNG KHÁC

Bạn nên nhìn tất cả chúng sanh cách nào? Khi nhìn thấy họ, bạn nên nghĩ là nhờ họ mà bạn có thể đạt tới Phật tánh. Hãy nhớ tới những tính thiện và nhìn họ bằng con mắt thương yêu. Nếu bạn giúp đỡ những người có thiện tâm, ủng hộ những ai đã tử tế với bạn hay đang đau khổ, thì bạn sẽ tích tụ được công đức. Tỷ dụ như bạn hãy kính trọng người lớn tuổi, hay cha mẹ bạn. Người già sẽ công nhận những tính thiện nơi bạn, và người trẻ sẽ học hỏi được nhiều kinh nghiệm nơi người già. Liên hệ hòa hợp giữa cha mẹ và con cái là điều rất quan trọng. Cha mẹ có bổn phận chăm sóc con cái và con thì phải biết ơn cha mẹ. Ngày nay tại nhiều quốc gia, cha mẹ và con không gần nhau lắm. Cha mẹ không yêu con mấy và con thì không kính trọng phụ huynh. Những người con như vậy chỉ mong bố mẹ chết sớm, và bố mẹ thì muốn ở xa con.

Giúp đỡ người cùng khổ là chuyện quan trọng. Khi nhìn thấy một người ăn mặc tươm tất và hấp dẫn, ta thường muốn giúp đỡ họ ngay; nhưng khi nhìn thấy một người rách rưới, ốm yếu, ta thường quay đi. Như vậy không tốt. Bề ngoài tươm tất và hấp dẫn có thể làm ta lầm lẫn, nhưng người khốn khó không có gì đáng ngại. Mỗi khi nhìn thấy một người hành khất, tôi ráng không bao giờ nghĩ rằng họ thấp kém hơn tôi. Tôi không khi nào cho là mình hơn một người ăn mày. Nhưng khi gặp một người tỏ ra thông minh khôn khéo, tôi thường không bị họ chinh phục ngay. Người ta có thể thẳng thắn, dễ thương thì chúng ta cũng vậy. Nếu hai người cởi mở gặp nhau, thì bạn có thể trở thành bằng hữu. Nhưng khi bạn vồn vã, thành thực mà người kia đáp ứng ngược lại, thì dĩ nhiên bạn sẽ phải dùng một phương cách khác để đối phó. Dù sao, điều quan trọng là đừng bao giờ lừa dối hay làm tổn thương một người đã bị áp bức.

Hãy sáng suốt và khôn ngoan để biết nên huân tập những gì, xả bỏ những gì. Nên có lòng tin vào những sinh hoạt tích cực chứ đừng chỉ nương tựa vào sự hỗ trợ của người khác. Điều quan trọng nhất là mỗi hành động của bạn phải có ích lợi cho người khác và thỏa mãn những nguyện vọng của họ. Hiểu được điểm then chốt này, rồi, bạn sẽ luôn cố gắng giúp người. Bụt là người thấy rất xa nên biết cái gì có ích lâu dài, cái gì ngắn hạn. Vì vậy lời khuyên của ngài có tính cách uyển chuyển và một vị Bồ tát luôn luôn cứu độ chúng sanh thì đôi khi có thể làm một vài điều thường bị cấm kỵ.

Chúng ta nên chia sẻ thực phẩm với ba loại người: những người bị đày đọa như ma đói, những người không được ai bảo vệ như ăn mày, súc vật; và những người tu hành, trì giới như tăng ni. Chia thức ăn ra làm bốn phần, ta nên cho 3 phần đi, chỉ giữ lại một. Mỗi khi ta ăn, uống, hãy cúng dường Phật, Pháp, Tăng và bố thí một phần cho ăn mày, một phần cho ma đói.

Thân thể của bạn là môi trường cho phép bạn quán chiếu sự tu tập tâm linh. Vậy nên đừng hy sinh cái thân một cách nhẹ dạ. Bạn nên tránh hai thái cực: đừng sống xa hoa quá, mang đủ các đồ trang sức, mặc đủ thứ quần áo kỳ lạ; ăn uống quá bổ dưỡng, vì làm vậy là bạn tiêu hết công đức của mình. Nhưng cũng không nên rơi vào thái cực kia, sống hoàn toàn khổ hạnh, thì có thể bị kiệt lực. Những lối hành xác như ở trần dù thời tiết ra sao, xiên lình vào bắp đùi...đều là cực đoan. Đừng làm khổ mình trong khi không nhắm vào mục tiêu nào cả. Điều này chỉ làm cho thân mình trở nên vô dụng, nó sẽ cản trở việc tu tập. Vậy nên nếu bạn dùng chính cái thân này để tu tập Giới/Định/Tuệ, bạn có thể nhanh chóng đáp ứng được nguyện vọng của các chúng sanh.

Thái độ phân biệt, bè phái cũng rất nguy hiểm cho sự tu tập vì giáo pháp của Bụt có nhiều trình độ để đạt tới giác ngộ. Nếu thay vì dùng Phật Pháp để thấy được Phật tánh, chúng ta lại dùng nó để tạo nên sự chống đối hay chia rẽ giữa các truyền thống hay các tôn giáo thì thật là bất hạnh. Việc quan trọng là chúng ta phải làm quen với các giáo pháp khác, bằng cách lắng nghe, nhìn sâu và quán chiếu mà không kỳ thị môn phái. Có hai quan điểm: trước đây người ta thường chỉ lo học hỏi truyền thống của mình mà không chú ý gì tới các truyền thống và trường phái khác. Lại có nhiều người tìm cách học hỏi những môn phái khác với mình. Phương pháp thứ hai này thích hợp với tình trạng thế giới ngày nay hơn.

Trong giới Phật tử Tây phương, nhiều người chỉ biết có truyền thống mình đã theo, ngoài ra không hiểu gì hết. Họ lo lắng bứt rứt khi tiếp xúc với các truyền thống khác. Tôi thường giảng để họ hiểu là cả bốn môn phái Phật giáo của Tây Tạng đều theo Phật pháp hết, không hề trái chống nhau. Theo tôi, tôi đã nhận ra là nếu ta học theo cả 4 phái thì rất có ích và lợi lạc. Nghe nói thế, nhiều người cho biết họ rất muốn học cả bốn môn phái, nhưng tìm được thầy dạy hết mọi môn như vậy rất khó. Vậy nên chúng ta cần phải hiểu thấu các trình độ khác nhau trong bốn cách tu tập để có thể giúp được hết thảy chúng sanh.

Tại xứ Tây Tạng, dân ít, không khí và nước trong lành. Trước khi người Hoa tràn sang, nước ở đâu cũng uống được cả. Với khí hậu và môi sinh như thế, nên chúng tôi ít phải chú ý tới vấn đề sức khỏe và vệ sinh. Ngày nay tại nhiều nước tân tiến, nạn ô nhiễm đã khiến dân chúng phải có nhiều biện pháp phòng ngừa để bảo vệ trẻ em. Chúng ta phải học tập với nhau về chuyện này. Chúng ta đã có đủ các thứ căn bản cho một cuộc sống an lành rồi thì phải để tâm tới đời sống của các chúng sanh khác. Tỷ dụ như nếu ta đào đất hay cắt cỏ không có mục tiêu, thì ta đã làm hại bao nhiêu loài sâu cái kiến. Để ý tới loài vật nhỏ bé đó, là ta đã bảo vệ môi sinh. Những người đã hiểu biết chuyện này nên đứng ra giúp người khác hiểu vấn đề này.

Trong sự tu tập Bồ tát đạo, việc huấn luyện cái tâm là chuyện quan trọng nhất. Trong khi tu dưỡng, Bồ tát không coi thường một chuyện gì. Vậy nên không có chuyện gì mà không mang phúc lợi tới cho Bồ tát. Khi bạn hành trì phép tu này, nên nhớ mọi hành nghiệp đều chỉ để mang phúc lợi tới cho mọi loài, và nhớ hồi hướng mọi công đức của bạn cho họ. Nhìn kỹ vào các Bồ tát ta sẽ thấy họ hành xử hoàn toàn vô ngã. Bạn cũng nên tỉnh thức để tu tập như vậy. Chỉ nói thôi thì có ích gì? Bạn phải thực chứng. Làm sao ta có thể giúp được một người bệnh bằng cách chỉ đọc sách y khoa? Bàn luận về hạnh nguyện Bồ tát không đủ, ta phải hạ thủ công phu hành trì và thực tập.

CHƯƠNG 5

NHẪN NHỤC

Muốn duy trì được tâm tỉnh thức một cách toàn vẹn và bền vững, thì thực tập nhẫn nhục là cách hiệu quả nhất trong tất cả các phương pháp. Lý do là khi người khác có ý hay làm gì hại ta, thì ta rất dễ mất đi thái độ từ ái. Chỉ có phương cách quán Nhẫn Nhục mới giúp chúng ta được.

Bước đầu tiên: ta phải nghĩ tới những lợi lạc do tánh nhẫn nhục và những hậu quả của sự sân hận. Thực tập nhẫn nhục là cách hay nhất để có tâm an bình. Dù cho ta có phải gặp những tình huống đối nghịch hay những năng lực thù hận, ta cũng không bị phiền não và tâm ta vẫn được sáng suốt. Dần dà ta sẽ phát triển được lòng can đảm và sự quyết tâm. Mặt khác, sân hận và oán thù có thể gây ra những nguy hại lớn cho đời này và những kiếp khác trong tương lai. Bất kể ta là người dễ thương, lễ độ tới đâu, khi cơn giận bùng lên là những đức tính đó biến đi ngay lập tức. Giống như ta có người bạn thân nhưng khi giận, ta có thể nói hay làm gì khiến tình bạn đó có thể bị mai một luôn.

Sân hận làm cho chúng ta và người gần bên hết an vui. Nó gây ra những bất đồng và khổ đau. Sân hận có khả năng cản trở sự tiến bộ. Nó có thể làm phát khởi ra những hành động hay lời nói mà bình thường ta không bao giờ muốn làm. Khi chúng ta bị sân hận trùm lấp, ta có thể đi tới cực đoan và giết người. Những hành động tiêu cực như thế để lại dấu ấn mạnh mẽ trong tâm ta và kết quả là ta sẽ tái sinh trong những hình thái rất thấp hèn. Bao nhiêu công quả bạn đã thu góp được do sự thực hành giáo pháp có thể bị tiêu tan ngay trong cơn giận dữ, đặc biệt là khi ta giận các vị Bồ tát. Trên con đường nuôi dưỡng tâm linh, không có gì cản trở và tai hại cho bằng sự giận dữ. Tương tự như vậy, không có cách sám hối nào tốt bằng sự nhẫn nhục. Vậy bạn nên thực tập nhẫn nhục càng nhiều càng hay.

VÌ SAO SÂN HẬN?

Sân hận có thể vì nhiều nguyên do, trong đó có lo âu và phiền não. Trong đời sống, chúng ta thường có những phản ứng phi lý đối với các sự kiện hay hoàn cảnh ta gặp. Khi có chuyện gì làm cho ta khó chịu, ta thường đổ lỗi cho người khác. Thay vì phản ứng tức thời như vậy, ta nên bình tâm nhìn kỹ vào vấn đề. Trước hết coi xem có giải pháp nào không. Nếu ta có thể giải quyết được thì không còn vấn đề nữa. Nếu vấn đề không thể giải quyết được, thì lo lắng chỉ có hại mà thôi. Hay nhất là ta không để cho sự việc đó làm cho tâm ta phiền não. Thí dụ như nếu có người dùng gậy đánh ta, phản ứng bình thường là ta nổi giận và muốn trả đũa. Giáo pháp dạy ta nên bình tĩnh và tìm hiểu nguyên nhân đích thật của chuyện này. Câu hỏi là thực ra người đó hay cái tâm người đó, hay cái gậy đã đánh ta? Khi lý luận như vậy, ta sẽ nhìn rõ ngay là ta nên giận cái tâm phiền trược trong con người kia vì nó đã khiến người đó hành động. Chúng ta nên theo tỷ dụ này để phản ứng với những sự kiện tiêu cực trong cuộc đời mình.

Ngày nào mà tâm ta còn khổ vì sân hận thì ngày đó ta chưa có an lạc tự tâm. Chúng ta ai cũng biết khi nổi giận, ta thở một cách khó khăn. Tưởng như bị ngộp thở vậy. Khi đó làm sao ta ăn ngon, ngủ yên? Tâm không thể vui và thân thì không khỏe. Khi ngủ không được, tâm trí ta trở nên bất ổn. Kinh điển dạy rằng nếu ta sân hận trong đời này thì đời sau sẽ sinh ra làm người xấu xí lắm. Dĩ nhiên có những người khôn khéo, kể cả một số người quý tộc Tây Tạng: Càng giận dữ trong tâm, họ càng tỏ ra tươi cười bên ngoài. Khác với họ, đa số chúng ta thường để lộ sự giận dữ ra ngay. Như ở vùng Đông Bắc (Amdo) quê tôi, khi người ta giận là mặt đỏ lên. Có một ngạn ngữ Tây Tạng: "Đừng bắt chước người Amdo!". Vùng trung tâm Tây Tạng được coi là đất của Phật pháp. Dù tất cả dân vùng đó chưa biết kiềm chế và chuyển hóa tâm họ, nhưng họ cũng được học để có thể kiểm soát được gương mặt và khi giận họ vẫn mỉm cười được.

Khi nổi giận, lập tức mặt mũi ta trở nên xấu xí: diện

mạo nhăn nhó, đỏ nhừ. Súc vật, như loài mèo chẳng hạn, khi tức giận chúng cũng tỏ ra rất khó thương. Khi bạn có ý thức về những tình cảm tiêu cực và khi bạn biết nhìn kỹ một con người đang giận thì bạn sẽ thấy rõ những điều này. Sân hận không những làm cho chúng ta xấu xí, mà còn làm cho ta trở nên đần độn và vụng về. Nó tước đoạt của ta những nhận thức đứng đắn. Khi một người nào làm hại bạn và bạn trở nên giận dữ, thì cái giận đó có đền bù cho tai hại bạn đã phải chịu hay không?

Tóm lại, sân hận không có ích lợi gì, nó chỉ đưa ta tới nhiều đau khổ hơn trong kiếp sau thôi. Vậy nên, sau khi đã bị thiệt hại, ta nên chấp nhận chuyện đó và ta quán nhẫn nhục. Như vậy tốt hơn vì ít nhất nó ngăn ngừa được những khổ đau trong tương lai. Khi nổi giận thì ngoài cái khổ hiện tại, sau này ta còn bị phiền não thêm nữa. Giận dữ là cái thứ không có ích lợi chi hết, ta nên bỏ nó đi.

Vì giận dữ, ta có thể giết hại cả những người đã giúp đỡ chúng ta về vật chất, hoặc đã tỏ ra tử tế, trọng vọng ta. Vì sân si, ta có thể làm cho bạn bè ta phải thất vọng, ta từ chối những hiến tặng của người khác. Tóm lại, giận dữ không bao giờ đem lại an lạc hết. Không một ai an vui hạnh phúc khi họ sân hận. Đó là một loại kẻ thù, mang cho ta những hậu quả tệ hại.

Sau khi bạn nghĩ tới những lợi lạc của nhẫn nhục và bất lợi của sân hận, bạn nên ráng tìm hiểu nguyên nhân của những cơn giận . Và bạn có thể bắt đầu vượt thắng được sân si khi loại trừ được các lý do gây ra nó. Nguyên nhân gây ra giận dữ là sự thất vọng của ta khi không đạt được những gì mình mong muốn, hoặc phải trải qua những gì ta không ưa. Cơn giận bốc lên với những cành lá độc hại của nó. Những phiền não trong tâm nuôi dưỡng cơn giận, ta phải ráng ngăn ngừa chúng.

Kẻ thù bình thường làm hại chúng ta, nhưng họ thường cũng có những bận rộn khác. Họ phải ăn, ngủ, chăm sóc gia đình và bạn bè họ. Họ không thể nỗ lực một cách liên tục và có hiệu quả để mà phá hoại hay làm nhiễu loạn tâm tư người khác. Nhưng giận dữ thì lúc nào cũng chỉ làm một việc là đem phiền não tới cho ta. Công việc duy nhất của nó là làm hại ta. Vậy nên bằng bất cứ giá nào, ta cần phải phòng ngừa không cho cơn giận khởi lên bằng cách đừng để cho những lo phiền nuôi dưỡng nó.

LO PHIỀN KHÔNG PHẢI LÀ GIẢI PHÁP

Sự bực bội không làm cho ta đạt được ước muốn hay có được sự an lạc. Nó chỉ gây ra xáo trộn và rối ren mà thôi. Khi bạn thấy có điều gì khó chịu xảy ra cho bạn, mà bạn có thể tránh được, thì đừng bực mình mà hãy làm sao tránh nó đi. Nếu đó là chuyện không cản được, thì cũng đừng bực bõ. Khó chịu không giúp gì ta. Lo lắng cũng không giải quyết được vấn đề. Khi có đủ nhân duyên thì ta không thể ngăn nó xảy ra được. Đó là luật của tạo hóa. Khi không thể tránh được khó khăn thì sự lo âu, sợ hãi chỉ làm cho tình trạng tệ hơn thôi. Khi hai người cùng mắc một chứng bệnh, một lo sợ, một không, thì bạn biết ngay ai sẽ là người bị bệnh nặng hơn.

Nếu bạn so sánh dân tỵ nạn Tây Tạng với dân các xứ

khác, bạn sẽ thấy họ là những người can đảm. Họ thường không vui quá hay buồn quá. Dù họ đã trải qua rất nhiều đau khổ lớn lao, họ vẫn chịu đựng được. Có nhiều người bị khổ đau cùng cực. Họ bị tù tội suốt 20 năm, nhưng họ lại nói với tôi, đó là thời gian tốt nhất đời họ. Vì họ có thể nỗ lực cầu nguyện, thiền quán và thực tập các tính thiện. Đây là sự khác biệt về nhận thức tinh thần. Nhiều người thường thiếu dũng cảm chịu đựng trước sự đau khổ triền miên như vậy. Nhưng nếu bạn chấp nhận và coi đó là cơ hội để chuyển hóa tâm mình thì có thể đạt tới điều hay. Để kết luận, ta có thể nói: nếu chuyện gì có thể thay đổi được thì ta lo âu làm gì? Còn nếu không thể thay đổi, thì lo sợ cũng vô ích vì nó không giúp ta giải quyết được vấn đề.

Là người tu tập phần tâm linh, chúng ta nên tự nguyện gánh chịu những khó khăn để đạt tới những mục đích cao hơn. Đối với những vấn đề và khổ đau nhỏ nhoi của thế giới ta bà, ta nên có thái độ cởi mở để không bị xao động. Nếu ta có thể chuyển đổi thái độ mình đối với những cảnh khổ lớn nhỏ khác nhau, thì đời ta rồi sẽ thay đổi. Thực ra quán chiếu cái Khổ cho ta những kết quả tích cực: Không khổ đau, ta không thể có quyết tâm chấm dứt luân hồi. Khi tâm đã vững, ta quán về nguyên nhân gây ra khổ. Có người tự hành xác hay hủy hoại một phần thân thể vì tín ngưỡng. Nếu người ta có thể làm như vậy vì một mục tiêu vô nghĩa thì sao chúng ta lại không chịu cực một chút để đạt tới giải thoát và có an lạc lâu bền? Sao ta lại chùn bước ngại khổ trên con đường giải thoát?

CHUYỂN HÓA TÂM

Tâm ta có khả năng tự nhiên là càng quen việc nào thì lại càng dễ làm việc đó. Khi ta có thể coi cái khổ là thứ có thể chuyển hóa được thì càng ngày ta càng dung chứa được những cái khổ lớn hơn. Ta đã thấy nhiều người nhảy nhổm lên khi bị sâu bọ cắn, bị đói khát hay bị gai châm chích, làm sướt da. Người nào quen với những thứ đó rồi thì coi chúng không nghĩa lý gì. Vậy nên khi gặp những vấn đề nho nhỏ như nóng lạnh, mưa gió, đau ốm hay bị thương tích, sự lo âu chỉ làm chúng trầm trọng thêm. Có người khi thấy mình chảy máu thì không sợ hãi mà lại trở nên can đảm hơn. Người khác khi thấy máu, bất kỳ của ai, là xỉu ngay. Sự khác biệt này do tình trạng vững vàng của tâm trí mỗi người. Người kiên cường, kẻ nhát nhúa. Nếu bạn ráng tập đối phó với những phiền trược nhỏ, thì bạn sẽ không còn sợ gì đau khổ dù cho nó lớn lao tới đâu. Đó là thái độ an nhiên tự tại của các hiền giả, không bao giờ bị bất an khi họ gặp cảnh khổ đau.

Khi bạn tuyên chiến với những phiền trược, chắc chắn là bạn sẽ sẽ gặp khó khăn và nhiều vấn đề. Trong cuộc đời thường nhật, có ai đi đánh nhau mà lại an lạc cho được? Một số người bị giết, đa số đều đau khổ. Khi ta khai chiến với phiền não, năng lượng tích cực trong ta sẽ bị yếu đi trong khi lo phiền lại mạnh lên. Chắc chắn chúng ta bị khổ ít nhiều vì vậy. Ta phải chấp nhận tình trạng để không bị nản lòng. Tự mình chấp nhận những nỗi khổ nhỏ để thắng được sân hận là kẻ thù thật sự trong ta. Một con người như vậy mới thắng trận và thực sự là anh hùng.

Khi nghĩ tới người mà ta coi là kẻ thù, ta thường cho là họ có tự tánh độc lập. Ta cũng cho rằng việc người đó gây hại cho ta cũng có một tự tánh riêng. Nếu người kia có súng và bắn làm cho bạn bị thương, thì chính ra viên đạn nó cắm vào cơ thể bạn đó chứ đâu phải kẻ thù? Đó là khí giới của con người đang bị khổ đau kiềm chế tâm trí. Bình thường ta sân si với người đó, sao ta lại không giận cái căn nguyên gây ra chuyện này, là những nỗi khổ kia? Sao ta không giận viên đạn? Sao ta lại chỉ ghét con người đứng giữa hai thứ đó? Bạn có thể cho là vì người kia đóng góp phần của họ vào câu chuyện này. Như thế thì bạn cũng nên giận chính mình, vì bạn cũng dự phần trong đó. Nếu bạn không có đó thì ai bắn vào bạn được? Cái đau của bạn không phải chỉ do viên đạn mà chính thân bạn cũng có phần trách nhiệm. Người kia có khí giới nhưng chính thân bạn lại làm cái bia cho viên đạn. Nếu có người hại bạn, thì nên nhớ trong quá khứ bạn cũng đã từng hại người khác tương tự như vậy nên mới có hậu quả như ngày nay. Đó chính là kết quả của ác nghiệp cũ nơi bạn. Dù cho bạn bị người nào làm hại, đó cũng chính là do lỗi bạn, bạn có trách nhiệm trong đó.

Khi bạn hay kẻ thù của bạn làm chuyện gì không phải, bạn cũng nên nhớ rằng đó là do nhiều nhân duyên. Bạn không nên đau khổ. Nếu ai cũng hành xử theo ý mình mà không bị ảnh hưởng bởi nhân duyên nào khác thì ai cũng sống hạnh phúc vì đó chính là ước vọng của tất cả mọi người. Nhưng vì chúng ta mê muội và không tỉnh thức, chúng ta vướng vào những hành nghiệp bất thiện làm hại chính mình. Khi quá phiền não, người ta có thể tự tử, dù bản năng sinh tồn nơi con người thường rất mạnh.

Do đó, người ta hay làm hại nhau là chuyện không có gì đáng ngạc nhiên. Khi thấy chuyện như vậy, thay vì giận dữ, ta nên phát khởi tâm Từ Bi. Dù không từ bi được thì cũng phải biết sân si không ích lợi gì. Dù bạn nghĩ bản chất người kia là ác độc, thì bạn cũng vẫn không nên giận dữ. Bản chất của lửa là làm cháy mọi thứ. Khi bạn bị lửa làm phỏng, bạn có giận lửa không? Cách hay nhất là tránh lửa đi cho khỏi bị phỏng. Vì có bản chất tốt, người kia chỉ nóng giận nhất thời, ta không nên sân hận họ. Nếu bầu trời bỗng nhiên bị khói che phủ, ta có giận trời không? Vậy tại sao mình lại đổ lỗi và giận người khác?

Kẻ thù làm hại bạn là vì nhầm lẫn và vô minh. Nếu bạn cũng giận dữ, thì cả hai đều có lỗi. Làm sao bạn lại cho là một người đúng, một sai? Điều tai hại bạn gặp hôm nay là kết quả những hành nghiệp cũ của bạn. Bạn không thích nó thì tại sao lại làm lỗi? Vì chuyện gì cũng tự mình, sao bạn lại giận người khác? Bạn còn chưa chuyển được nghiệp cũ thì hậu quả của nó còn tiếp tục diễn ra.

TU ĐỂ CHUYỂN NGHIỆP

Nhìn sâu vào người mà ta gọi là kẻ thù và quán từ bi, nhẫn nhục, chúng ta có thể thanh lọc được nhiều ác nghiệp cũ. Kẻ thù cho ta cơ hội thực tập nhẫn nhục để tăng thêm giá trị. Nhưng họ thì vì làm hại người, họ sẽ bị đọa xuống các cõi thấp kém. Nghiệp ác xưa cũ khiến cho ta bị kẻ thù làm hại. Người đó thì lại vì những ác nghiệp đời nay mà sẽ đau khổ dài dài trong tương lai. Những hành nghiệp bất thiện trong quá khứ khiến cho ta bị kẻ thù làm hại. Vì làm hại ta nên họ lại tích tụ nghiệp xấu và bị khổ trong tương lai. Như thế có thể hiểu là chính ta có trách nhiệm về những nghiệp bất thiện này của kẻ thù, và chính ta đẩy họ xuống kiếp sau thấp kém. Như vậy, chính ta đã gián tiếp làm hại họ. Kẻ thù cho ta cơ hội tập nhẫn nhục và đạt tới giác ngộ, trong khi ta lại đẩy họ xuống địa ngục. Vì là người cho ta nhân duyên để tập nhẫn nhục, kẻ thù mang lợi lạc tới cho ta. Vậy nên, người đáng giận là chính ta chứ không phải kẻ thù của ta. Họ mới là người ta cần phải đối xử cho tử tế.

Tâm không phải là một thứ vật chất, không ai có thể sờ mó, làm hại hay phá hủy nó. Nếu có người nói những lời khó nghe, thô lỗ và khó thương đối với bạn, thì thực sự họ không làm hại được bạn, nên đâu cần giận dữ? Điều quan trọng là bạn hãy thoải mái và bình thản, đừng để ý tới những gì họ nói. Bạn không cần phải buồn phiền hay sợ hãi. Nếu bạn bảo rằng những lời chửi rủa của kẻ kia làm hại tới tài sản của bạn, thì bạn nên biết vật chất là thứ ta sẽ phải buông bỏ sớm hay muộn thôi. Nếu bạn cho rằng cần phải giận dữ thì bạn nên biết những gì tốt đẹp cũng chỉ dùng trong đời này. Nhưng kết quả của sự giận dữ mà bạn biểu lộ ra sẽ kéo dài trong nhiều kiếp sau.

Đời sống có thể so sánh với hai giấc mộng. Trong giấc mơ thứ nhất, bạn được sung sướng một trăm năm rồi tỉnh mộng. Trong giấc mơ kia, bạn chỉ được vui trong chốc lát rồi tỉnh dậy ngay. Điểm chính yếu là khi bạn tỉnh dậy, bạn không còn được sung sướng như trong mộng nữa. Dù cho bạn sống ít hay nhiều năm, bạn cũng sẽ chết. Dù cho bạn giàu có và hưởng thụ của cải đó trong thời gian ngắn hay dài, khi chết, bạn cũng mất hết, như bị cướp sạch vậy. Bạn sẽ tay không đi qua thế giới khác.

Người Cộng Sản coi thường Bụt, Pháp và Tăng. Họ phá hủy chùa chiền và các bảo tháp, coi những thứ đó không ra gì. Bạn không nên giận dữ vì dù có ai làm thương tổn các ảnh tượng Bụt hay kinh điển hoặc bảo tháp, họ cũng không làm hại gì được tới Tam Bảo. Nếu bạn bè hay thân nhân bạn bị người khác hãm hại, có thể vì nghiệp cũ của họ xấu và vì nhiều nhân duyên khác. Ta không nên sân hận. Khi thân thị hiện của chúng sinh bị hoại diệt vì những hiện tượng hữu tình và vô tình, thì sao ta lại chỉ giận và trả thù những con người có trí óc?

Khi xã hội thiếu hòa hợp, ta nên nhớ rằng vì chúng sanh sống ở những điều kiện khác nhau, nên ta có những suy tư và hành xử khác nhau. Chuyện này tự nhiên. Nếu có phát khởi những rối ren, xao động hay rối loạn, thì bạn cần biết đó là kết quả của hành nghiệp nơi bạn, và nên tránh trả thù. Thay vào đó, bạn nên nuôi dưỡng lòng từ bi. Đó là cách sống tỉnh thức và tạo thêm thiện nghiệp. Tỷ như một người bị cháy nhà, phải dọn đi nơi khác. Có kinh nghiệm rồi, họ sẽ vứt bỏ những gì dễ làm mồi cho lửa. Giống vậy, khi ngọn lửa sân hận phát khởi, lên quan tới sự vướng mắc thứ gì đó của bạn, thì công trình tu tập của bạn bị lâm nguy: nó có thể bị thiêu rụi. Bạn phải biết vứt bỏ ngay những thứ đang làm cho bạn bị ràng buộc đó đi.

Đôi khi chúng ta phải hy sinh những niềm vui nhỏ để được an bình và hạnh phúc. Tỷ dụ, bạn nên nộp phạt thay vì bị xử tội chặt tay. Nếu chúng ta không chịu nổi những khổ đau nhỏ bé trong cõi đời này, thì tại sao ta không biết kiềm chế cái giận là thứ làm cho ta bị đọa đày trong địa ngục? Vì muốn thỏa mãn những tham dục mà ta sẽ bị đau khổ trong địa ngục cả ngàn năm. Những khổ đau đó không giúp ta hay chúng sanh khác đạt được mục tiêu trong đời. Mặt khác, khi ta hiểu được những lợi lạc của đức nhẫn nhục và những tai hại của sân hận, thì dù khó bạn cũng sẽ ráng để vượt thắng được cơn giận. Gắng sức đây cũng như thực hiện được một công trình lớn. Bạn cuối cùng sẽ có thể diệt được những Khổ đau giả tạm hay căn bản của chúng sanh. Như vậy, chúng ta nên tự nguyện chấp nhận những khó khăn và phiền trược nho nhỏ để tạo được công đức vô lượng và niềm an lạc bất tuyệt.

Khi nghe người khác khen ngợi bạn một cách vui vẻ thì bạn hoan hỷ nhận lãnh. Nhưng bạn thường sanh tâm ganh tỵ khi nghe nói tới đức tính của một ai đó. Như vậy không được. Nếu bạn cảm thấy như thế thì câu «nguyện cho chúng sanh được an lạc» dùng để làm gì? Nó chỉ là mong ước thôi sao? Nếu bạn thật sự mong cho tất cả chúng sanh được an lạc, và do đó mà bạn nuôi dưỡng tâm tỉnh thức, thì khi họ có cố gắng để được hạnh phúc, sao bạn lại bị lọt ra ngoài? Nếu bạn mong chúng sanh đạt thành Phật đạo, thì tại sao bạn lại buồn phiền khi họ tới bờ giác và được kính nể? Nếu bạn có trách nhiệm chăm sóc người nào, mà sau họ tự săn sóc lấy được, thì bạn chẳng sung sướng sao? Chúng ta thường nguyện "Cầu cho hết thảy chúng sanh được an vui, hết đau khổ". Khi họ tự làm được như thế, ta nên mừng cho họ. Nếu bạn không muốn cho họ được an vui, thì cầu mong họ đạt được giải thoát làm chi?

Những người tức giận khi thấy người khác khá giả là vì họ không có chánh niệm. Người khác được hưởng cái này hay cái kia là chuyện không liên can tới bạn. Món quà đó không thuộc sở hữu của bạn, thì sao bạn lại bực mình? Tại sao bạn lại bỏ mất danh tiếng, phẩm giá và thiện tâm để giận dữ? Sao bạn lại đánh mất những đức tính căn bản đó, là thứ giúp bạn đạt được tài lộc và danh giá? Vì các nghiệp xấu, không những bạn sẽ làm hỏng những nỗ lực để giải thoát mà bạn lại muốn cạnh tranh với những người đã tu nhân tích đức, nay được gặt hái quả lành. Chuyện này có nên chăng?

Tại sao bạn lại cảm thấy sung sướng khi kẻ thù của bạn bị đau khổ? Lòng mong cầu người đó khổ không làm hại được họ. Ngay cả khi người đó tỏ ra phiền não như bạn mong, thì duyên do gì khiến bạn sung sướng? Nếu bạn hài lòng như vậy, thì thái độ tiêu cực đó sẽ khiến bạn đi xuống mà thôi. Khi bạn vướng vào vòng phiền não đó rồi, bạn sẽ gặp nhiều khổ đau. Bạn sẽ bị đọa xuống địa ngục. Lời khen, sự kính phục đều không có giá trị, không kéo dài kiếp người được. Nó không làm cho bạn giàu hơn cũng chẳng khỏe mạnh hơn. Nếu bạn có thể phân biệt được điều gì có ích điều gì không, thì bạn sẽ thấy những lợi lạc của lòng tương kính nhau. Bạn sẽ nhận ra đó không phải là cái lợi vật chất mà là vì tinh thần được nhẹ nhõm. Nếu bạn chỉ muốn lòng bạn được thỏa mãn thôi, thì sao không đi ngủ hay uống cho say? Nếu muốn có sự vui vẻ nhất thời, bạn có thể dùng ma túy nữa đó!

CÁI DANH HUYỀN ẢO

Người điên thường hy sinh mọi thứ để có danh tiếng. Muốn làm anh hùng, họ sẵn sàng chết nơi trận địa. Hy sinh cả tính mạng lẫn của cải lấy cái danh hão để làm gì? Những người lo mất danh tiếng giống như trẻ con xây lâu đài trên cát, khóc lóc khi công trình bị sụp đổ. Vậy thì, khi được ai khen ngợi, bạn đừng nên sung sướng quá. Danh là thứ không có căn bản, tiếng tốt cũng vô nghĩa thôi. Bị vướng vào danh vọng và tiếng thơm sẽ khiến cho bạn quên tu tập những tính thiện. Tỷ dụ như các tăng ni học kinh điển. Khi mới vô tu viện, họ thường khiêm tốn. Sau đó, họ có thêm kiến thức, rồi đậu Tiến Sĩ về Phật học (Geshe). Họ bắt đầu có học trò, đệ tử và thay đổi hoàn toàn. Thỉnh thoảng tôi gặp vài ông thầy có học trò tây phương, họ tỏ ra rất hãnh diện. Các doanh nhân cũng vậy. Khi thành công, họ ra vẻ ta đây, đeo nhẫn và đồng hồ mắc tiền. Ở Tây Tạng thì họ đeo bông tai đắt giá. Về sau, bông tai chỉ làm rách tai họ chứ không có ích lợi nào khác.

Khi những vị thiền định ở trên núi cao có chút danh tiếng thì họ thường rời chỗ tu để xuống núi. Lúc đầu họ thường khuyên người khác thiền quán về khổ và vô thường. Nhưng dần dà, chính họ quên cả ý nghĩa của hai thứ này và trong họ chỉ còn những tính bất thiện như ganh tỵ, cạnh tranh. Người yếu và khiêm cung thường không lừa gạt hoặc chèn ép ai. Chỉ có những người muốn tỏ ra hơn người mới có tánh ghen tức và tranh đua mà thôi. Vì vậy, tự khen mình và muốn được kính nể là chuyện rất nguy hiểm. Chúng làm phát khởi những tính bất thiện. Vậy ta nên hiểu rằng những người luôn luôn chê ta thật ra là những người bảo vệ ta. Họ ngăn không cho ta rơi xuống các cảnh giới thấp kém hơn.

Trong khi chúng ta cực khổ vì những tâm tư và hành nghiệm tiêu cực, sao ta còn muốn bị khổ hơn vì danh tiếng? Thay vì nổi giận với những người giúp ta không bị trói buộc vào danh tiếng, ta phải thấy giá trị của họ. Chúng ta luôn luôn cúi đầu chui vào con đường dẫn ta tới cái Khổ. Và khi ta được Bụt ban phước, thì kẻ thù của ta sẽ tới và đóng cửa địa ngục bằng cách hủy hoại danh tiếng mà chúng ta đã vướng mắc trước đây. Không có quả nếu chẳng có nhân. Nếu có nhân thì sẽ có quả. Đó là quả của tánh nhẫn nhục, mà nhân là sự phá hoại của một người khác. Vậy thì, nhẫn nhục phát khởi lên được là nhờ kẻ thù làm hại ta. Bạn làm sao mà cho rằng sự phá hoại đó lại cản trở phước đức của mình được? Tỷ dụ người ăn mày là cơ hội để ta bố thí. thì bạn đâu thể nói họ cản trở sự thực hành lòng vị tha?

THỰC TẬP HẠNH NHẪN NHỤC

Có nhiều hành khất trên thế giới, nên ta có nhiều dịp để thực hiện tính vị tha. Nhưng kẻ thù và người làm hại ta thì khá hiếm hoi, vì nếu ta không làm hại ai thì người ta cũng thường không hại mình. Vì thế nên cơ hội để thực tập nhẫn nhục không nhiều. Kẻ thù cho chúng ta cơ duyên để thực tập hạnh nhẫn nhục mà không cần phải làm hại ai, chúng ta nên nắm lấy cơ hội đó và biết tới giá trị của kẻ thù. Chính họ thúc đẩy ta thực tập hạnh nhẫn nhục để theo con đường Bồ tát.

Nhẫn nhục cực kỳ quan trọng trong hạnh nguyện của Bồ tát, và hạnh này chỉ được phát triển khi kẻ thù hiện ra. Sự thực tập nhẫn nhục là kết quả của sự cố gắng nơi mình và sự hiện diện của kẻ thù, nên phước đức của công trình này trước tiên là để giúp cho kẻ thù được an lạc. Bạn có thể cho rằng dù kẻ thù tạo nên cơ hội cho ta thực tập, nhưng họ không hề có ý thiện đó. Họ không bao giờ nghĩ "ta tạo cơ hội cho người này tu". Nhưng sao bạn lại coi trọng Niết Bàn? Niết Bàn là sự chấm dứt vĩnh viễn những khổ đau. Niết Bàn không có ý hướng và cũng không có lý do đem phúc lợi tới cho người đạt tới đó. Sao bạn lại coi Niết Bàn là thứ quý báu? Người đó bị coi là kẻ thù của bạn vì họ có ý muốn làm hại bạn. Nhưng chính họ cũng là người giúp cho bạn cơ hội để thực tập nhẫn nhục. Nếu ai cũng luôn luôn giúp bạn như ông bác sĩ chẳng hạn, thì làm sao bạn thực tập được?

Ta có thể thu gặt được phước đức nhờ hai loại người: Bụt và chúng sanh. Làm hài lòng các chúng sanh, bạn có thể đạt tới quả vị cao tột hơn tất cả mọi người. Chúng sanh và chư Bụt đồng đều góp phần vào quả vị Bụt mà ta đạt tới. Sao ta lại chỉ tôn kính Bụt mà bỏ quên và kèn cựa chúng sanh? Bụt là cứu cánh sau cùng ta nương tựa vào, là vị mang lại phúc lợi vô biên cho tất cả muôn loài. Muốn làm quý ngài hài lòng, ta hãy làm vui lòng chúng sanh. Ta không có cách nào khác để trả ơn quý ngài. Vì muốn cứu các chúng sanh yếu đuối khổ sở, chư Bụt hy sinh cả tính mạng và có khi vô cả địa ngục để cứu giúp. Chư Bồ Tát cũng vậy, quý ngài làm thể hiện tâm tỉnh thức và dạy ta tu tập chỉ để phục vụ chúng sanh. Chúng ta trả ơn quý ngài bằng cách chính mình giúp đỡ mọi loài. Vậy nên dù có ai làm hại ta, ta luôn luôn phải xử tốt, cố gắng chỉ tạo nên phúc lạc cho họ.

Muốn hành động được như thế để làm hài lòng chư Bụt, chúng ta nên tự coi mình như tôi tớ của mọi loài chúng sanh. Dù cho họ có dẫm lên đầu hay giết ta, ta cũng không trả thù. Bụt và Bồ tát có lòng từ bi vô lượng, chắc chắn quý ngài sẽ chăm sóc cho mọi loài. Chúng ta theo chân các ngài, sao ta lại không bảo vệ các chúng sanh? Đây là phương cách tốt nhất để tỏ lòng biết ơn quý ngài và để đạt được mục tiêu tối thượng cho ta. Như vậy, mọi loài, kể cả con sâu cái kiến, đều là bạn ta hết. Ta sống nơi nào thì sinh môi nơi đó sẽ an bình. Kiếp này sang kiếp khác, ta đều được an lạc. Tóm lại, ráng khiêm tốn, đừng kiêu hãnh và cố gắng làm lợi cho chúng sanh, đó là cách tốt nhất để ta đạt được mục tiêu của mình.

Bình thường chúng ta nương tựa vào Bụt, Pháp và Tăng. Chúng ta hướng tâm thanh tịnh về Tam Bảo để tỏ lòng tôn kính. Nhưng khi ta nhìn tới chúng sanh, đặc biệt những người mà ta coi là kẻ thù, thì ta thường phát khởi tâm ganh tỵ và tranh đua. Sao lại trái ngược như vậy? Khi chúng ta coi ai là bạn hay là người thân mà ta rất thương mến, thì ta thường tránh làm những gì người đó không ưa. Chẳng hạn như ta thích ăn cay mà bạn ta không thích, thì khi mời họ tới ăn cơm, ta sẽ làm đồ ăn theo khẩu vị của họ. Nếu ta cứ làm những món cay chua, không kể tới ý của bạn, thì thực sự ta có coi họ là bạn quý chăng? Hình như chúng ta không coi Bụt là bạn thân. Vì ngài chỉ có một ý tưởng và quan tâm duy nhất là sự an bình của chúng sanh. Chúng ta thì sao? Một mặt ta kính lễ Bụt, một mặt ta coi rẻ chúng sanh. Vì chúng sanh mà chư Bụt có phước báu, vì họ mà Bụt thị hiện tâm tỉnh thức, trở nên bậc giác ngộ, trong khi chúng ta không coi chúng sanh vào đâu. Làm như vậy, khổ thay, giống như chúng ta không coi Bụt ngang với một người bạn thân của mình.

Giận dữ là năng lượng tàn phá những tính thiện của bạn, vậy nên bạn ráng thách đố nó và trừ khử nó đi. Thay vì khó chịu hoặc thù ghét kẻ thù, bạn hãy nhìn họ như người thầy quý giá dạy cho bạn bài học nhẫn nhục. Thường ta coi chuyện trả đũa kẻ thù là điều đáng làm. Dù theo luật pháp, bạn có quyền tự bảo vệ. Nhưng nếu bạn nuôi dưỡng trong thâm tâm tánh chất tỉnh thức thì bạn sẽ nuôi dưỡng được thái độ tích cực mong cho chúng sanh được an lành. Như thế, bạn sẽ phát khởi được tâm từ bi đối với kẻ thù, rồi với tất cả muôn loại.

Chuyện này giống như khi ta dời một tảng đá lớn ngăn chặn dòng nước trong một con kênh. Khi dời được đá thì nước bắt đầu tuôn chảy. Cũng vậy, một khi bạn đã nuôi dưỡng được lòng thương xót đối với kẻ thù thì bạn cũng sẽ nuôi được tâm từ bi đối với tất cả chúng sanh. Nếu bạn có thể coi kẻ thù như một nhân duyên tối cao để tu tập nhẫn nhục, và nếu bạn phát triển được tâm đại từ đối với họ, thì đó là dấu hiệu bạn đã thực tập thành công. Làm cho chúng sanh an vui, không phải ta chỉ đạt tới quả vị Bụt mà ngay trong đời này, ta sẽ có tiếng tốt, và được an lạc luôn. Ta sẽ có nhiều bạn, không có kẻ thù. Cuộc đời sẽ nhẹ nhàng thanh thản. Khi còn luân hồi và sau khi thực hành tánh nhẫn nhục nhiều kiếp, ta sẽ được sanh ra trong một hình thái đẹp đẽ, sống lâu và không ốm đau. Ta sẽ đạt tới an bình theo luật của tạo hóa.

Chúng ta đã biết đời người rất quý, nhất là có duyên được biết tới Phật pháp. Ta cũng hiểu những lợi lạc của nhẫn nhục và những bất lợi của sân hận. Dù cho ta có thể thực tập bây giờ hay không, ít nhất chúng ta cũng thấy những lời giải thích này có ý nghĩa. Kể từ nay trở về sau, muốn có an bình, chúng ta hãy luôn luôn theo con đường này.

CHƯƠNG 6
TINH TẤN

Tinh tấn là một yếu tố quan trọng trong việc nuôi lớn tâm tỉnh thức. Ngay trong đời sống hàng ngày, muốn hoàn thành công việc gì ta cũng phải có kiên trì. Tương tự như vậy, ta phải cố gắng trên con đường đạt tới những mục tiêu tâm linh. Khi để cho lười biếng chỉ huy, ta sẽ không tinh tấn chi cả. Tuy nhiên, ta phải biết khéo léo trong khi gắng sức. Người Tây Tạng có một ngạn ngữ nói rằng sự cố gắng phải liên tục như một dòng nước đang luân lưu. Tinh tấn có nghĩa là ta cần chú tâm vào bất cứ việc gì ta làm. Trong tinh thần đó, khi tu tập ta sẽ có niềm vui. Kiên trì không có nghĩa là cố gắng tối đa một thời gian rồi có lúc lại buông lơi. Chìa khóa của thành công là phải gắng sức luôn luôn và đều đặn.

Trong nhiều loại trở ngại, nản lòng là một rào cản

lớn không cho ta tiến bước trên con đường tâm linh. Đó là do sự thiếu tự tin, không đủ tự trọng. Để đối phó với thái độ có hại đó, ta phải có lòng tin và quyết tâm. Nghĩ tới Phật tánh là một thái độ rất tích cực và mạnh mẽ để đạt được những điều kể trên. Ai cũng có Phật tánh, có hạt giống giác ngộ. Do đó, mỗi chúng ta đều có khả năng bình đẳng với mọi người. Ta nên dựa vào tiềm năng bẩm sinh đó để vượt qua những cơn nản lòng, thất vọng.

Nghĩ tới chư Bụt trong quá khứ cũng là điều có ích. Quý ngài không đạt tới giác ngộ ngay tức thì. Lúc đầu, quý vị đó cũng giống như người bình thường, khổ sở vì lo âu và phiền não. Chỉ sau khi đã kiên trì tu luyện trong nhiều kiếp quý ngài mới đạt tới cứu cánh toàn giác. Chúng ta nên lấy hứng khởi, học hỏi từ các tiền kiếp của các ngài để đi theo bước chân họ trên con đường tâm linh thích hợp. Điều quan trọng là ta không nên để tính biếng lười và tinh thần chủ bại trùm lấp ta. Ngược lại ta phải nuôi dưỡng lòng tự tin và có tín tâm vào khả năng cùng tiềm năng của chính mình.

VƯỢT THẮNG TÍNH LƯỜI BIẾNG

Vậy thì tinh tấn nghĩa là gì? Ở đây nó có nghĩa là ta biết vui hưởng khi thực hành các nghiệp thiện. Bạn có thể vẫn làm những việc vô thường vô phạt hay gây ra những hành nghiệp bất thiện, nhưng trong Phật giáo, như thế không được coi là tinh tấn. Thực tập tinh tấn có nghĩa là tạo được nhiều niềm vui lớn khi phát triển các tính thiện. Một trở ngại của tinh tấn là tính lười biếng. Nó thể hiện ra nhiều cách khác nhau: như tánh trì hoãn, hoặc là bị vướng mắc vào những hoạt động vô bổ, không chịu tin vào khả năng của mình, tất cả đều vì giải đãi (lười biếng) cả. Ta phải vượt thắng những trở ngại này.

Mục tiêu của Phật pháp là sự chuyển hóa tâm thức. Nó cũng giống như một công trình xây dựng ngoài đời, nhưng nó phải được thể hiện từ trong nội tâm ta. Khi khởi sự xây cất, ta phải tìm coi những hoàn cảnh và phương tiện cần thiết là gì để thu thập cho đủ vật liệu. Tương tự như vậy, ta cần nhận diện những trở ngại và dẹp bỏ từng thứ một khi muốn chuyển hóa tâm mình. Trở ngại chính của sự phát triển các tính thiện trong tâm là sự lười biếng, không có khả năng hoàn thành chuyện gì cả. Khi bạn bị vướng vào những hoạt động vô nghĩa và không thể tu tâm, đó là lười biếng. Khi bạn trì hoãn công việc tới mai mốt hay bỏ qua đi, là bạn cũng đang biếng nhác vậy. Nếu bạn nghĩ: "một người như tôi, làm sao mà tu cho tới được?", thì cũng là một hình thái giải đãi.

Muốn vượt thắng tính lười, ta phải biết lý do vì sao ta lười. Bạn chỉ hết tính đó khi loại bỏ được những căn nguyên của nó. Những nguyên nhân khiến ta lười là: phí phạm thì giờ; nghỉ ngơi hay ngủ nhiều quá; không xúc động trước cảnh khổ trong cõi luân hồi. Đó là ba yếu tố chính làm cho ta lười biếng. Càng nhận diện được sự giả tạm và những khổ đau trong cõi nhân sinh, bạn càng mong vượt thắng được chúng nhiều hơn. Trái lại, khi bạn không nhìn thấy cảnh khổ trên đời và cảm thấy đang sung sướng, thì bạn sẽ không có ý muốn được giải thoát. Ngài Aryadeva, một vị học giả nổi danh người Ấn đã nói: «Một con người không bị thất vọng vì cuộc đời thì đâu có để tâm tới Niết Bàn? Thật khó mà dám xa lìa thế tục vì khi ta đã ở quen trong nhà rồi thì đâu có muốn đi ra ngoài nữa?».

Những phiền não trong tâm được ví như cái lưới. Một khi bạn bị rơi và vướng mắc vào cái lưới đó, bạn sẽ không thể gỡ ra được để có tự do, mà sẽ bị chúng đưa vào cõi sinh tử. Một cách để chống bệnh lười biếng là nghĩ tới vô thường và nghĩ tới cái chết. Tử thần không có lòng từ bi. Dần dà, từng người một, thần chết sẽ mang ta đi. Chúng ta luôn luôn nghe nói người nào đó đã chết tại một nơi nào, trong một thời điểm nào đó. Khi nghe tin một người đã chết, ta thường chỉ nghĩ rằng họ đã tới số mà không bao giờ nghĩ tới lượt mình cũng sẽ ra đi.

Chúng ta cũng giống như lũ cừu khờ dại khi nghĩ rằng các bạn mình bị đưa vào lò sát sanh, mà không biết là chính chúng cũng sẽ bị như vậy. Không sợ chết nên chúng ta tiếp tục vui chơi, ăn ngủ. Khi nào thần chết tới là điều ta không biết được. Nó có thể tới thăm ngay khi ta vừa mới định bắt đầu một công việc gì đó. Thần chết không cần biết ai có dự án vừa khởi sự hay đang tiến hành dở dang. Nó có thể tới bắt ta bất cứ lúc nào, một cách bất ngờ. Vì ta thế nào cũng chết, nên khi còn sống, ta nên ráng tạo thiện nghiệp. Khi bị thần chết viếng rồi thì muốn bỏ tính lười cũng đã quá trễ. Lúc đó không thể làm gì được nữa. Vậy nên chớ chần chừ. Đừng tính để chuyện tu tâm dưỡng tánh tới ngày mai, hãy bắt đầu ngay đi.

Nếu bạn luôn luôn trì hoãn, để việc phải làm tới ngày mai hay năm tới.... thì dù có làm một danh sách những việc đó rồi ghi vào máy computer, bạn vẫn sẽ bị đau nặng bất thình lình một ngày nào đó. Bạn phải vô nhà thương và uống những thứ thuốc bạn chẳng ưa chút nào. Bác sĩ có thể giải phẫu bạn. Có khi những người mặc áo trắng đó tỏ ra tử tế, thương người; cũng có khi họ mổ xẻ bạn như mở một cái máy ra sửa, chẳng có tình cảm chi hết.

Bình thường khi người ta khỏe mạnh, họ thường ba hoa là họ không tin ở kiếp trước kiếp sau gì cả. Nhưng khi cái chết gần kề, bạn sẽ nhớ lại tất cả những ác nghiệp. Tâm bạn có thể tràn đầy ân hận, đau khổ và phiền não. Bạn có thể nghe thấy cả tiếng chuông trong địa ngục và sợ đến vãi cả nước tiểu ra giường. Một người quen nói với tôi rằng khi anh ta bị ốm nặng và thân thể rất đau đớn, anh nghe thấy nhiều tiếng động rất lạ tai. Có khi người ta ngất xỉu vì bị đau đớn quá. Trước khi tỉnh lại, hình như nhiều người thấy mình đã chui qua một cái ống. Đó là kinh nghiệm cận tử. Những người tạo nhiều nghiệp xấu đều kinh hoàng khi họ thấy tứ đại trong thân họ tan rã. Những người đã tạo nhiều nghiệp lành khi gần chết lại cảm thấy hài lòng và sung sướng.

Khi chúng ta sống, ta có thể bị kẻ thù bắt ta phải xa rời quê hương, nhưng ta vẫn mong có ngày xum họp với bà con thân thuộc một ngày nào. Nhưng khi chết thì ta phải vĩnh viễn lìa xa gia đình và bè bạn. Ngay cả cái thân thể yêu quí đã từng theo bạn đi bất cứ đâu, bạn cũng sẽ phải lìa bỏ nó. Và khi chết rồi thì mọi người sẽ coi cơ thể ta là cái thứ nguy hiểm, dễ sợ và xấu xí vô cùng. Mấy vị du già (Yogins) thường nói: cái thây ma luôn luôn hiện diện trong ta, ngay cả khi ta còn sống. Thân mạng đó là thứ khó kiếm trong kiếp sau. Vậy nên khi có may mắn làm người, ta không nên vì ngu muội mà chỉ ngủ nghỉ thôi.

Phật pháp thượng thừa của Bụt mang lại cho ta nguồn suối an lạc bất tuyệt. Bỏ lỡ con đường cao tột này và bị lôi cuốn vào những cơ duyên gây khổ não, thì thật là bất hạnh. Hãy kiềm chế mình, đừng trì hoãn nữa mà nên cố gắng để có sáng suốt mà thực hành chuyện tu tập. Nó giống như chúng ta sửa soạn ra trận vậy. Trước hết bạn phải có tự tin để chiến đấu. Bạn phải quyết tâm chịu cực khổ để thắng được tất cả các trở lực. Giống như một vị tướng cần có vũ khí tốt và có lính thiện chiến, bạn phải có trí tuệ và nhiều đức tính. Khi đánh nhau, bạn phải xử dụng tối đa hỏa lực của khí giới, nhắm thẳng vào kẻ thù. Tương tự như vậy, dù tu tập theo phương pháp nào, bạn cũng phải xử dụng trí tuệ một cách tỉnh thức, có chánh niệm. Kết quả, bạn sẽ thắng kẻ thù lười biếng và kiểm soát được thân tâm, tiến bước trên con đường tâm linh. Nếu nghĩ rằng bạn không có khả năng và thiếu thông minh thì thật là sai lầm. Ngay trong đời sống hàng ngày, bạn cũng nên tự tin khi muốn làm việc gì đó. Người Tây phương hay thiếu lòng tin nơi chính mình, tôi không biết người Tây tạng và các xứ văn hóa khác có bị như vậy không. Nhưng không tin ở chính mình làm cho ta rất suy nhược. Trong việc thường ngày hay trên con đường tâm linh, ta đều cần giữ được lòng tự tin.

TIN VÀO MÌNH VÀ TIN VÀO PHẬT PHÁP

Những vị đạo sư Kadampa trong thời xưa không có

gì để vui thú trong những cái hang khô khốc của họ. Nhưng họ có quyết tâm tu luyện nên họ sống trong đó, rất an nhiên tự tại. Họ dùng tất cả con người của họ - thân, khẩu và ý - để thực tập Phật pháp. Không bao giờ họ sợ bị thiếu thực phẩm hay phương tiện và sẽ chết. Các ngài nghĩ dù cho họ phải đi ăn xin, họ cũng vẫn dùng thì giờ cầu nguyện khi chờ chết chứ không phí thì giờ vào chuyện gì ngoài việc tu tập. Khi chết, ta thường lo âu, không biết ai sẽ giúp ta, ai sẽ cầu nguyện cho ta? Nhưng các đạo sư Kadampa thường nghĩ: "Sao ta lại phiền ai giúp cho? Ta thích chết tự nhiên trong hang trống, như một con thú hay con chim vậy". Đó là sự quyết tâm tu tập của các ngài. Họ đã nói: " Nếu tôi bị coi như một kẻ vô gia cư, tôi cũng vui lòng chấp nhận. Nếu tôi phải sống như loài chó, tôi cũng cam tâm. Tôi sẽ đi lang thang như một con chó, nhưng vẫn tu tập theo Phật pháp". Quyết tâm như vậy thì cuối cùng họ sẽ thành Bụt thôi.

  Nếu bạn thật sự muốn tu tập, bạn phải có quyết tâm và tự tin. Thiếu tự tin, bạn không hoàn thành được chuyện gì hết. Hãy đi theo con đường tâm linh với tín tâm và không mong cầu gì. Đọc truyện đời ngài Milarepa, ta biết ngài đã bỏ hết thảy: bạn bè, cha mẹ, của cải. Khi muốn làm tròn nhiệm vụ đối với một hay vài người, chúng ta đã phải có quyết tâm. Dĩ nhiên là khi muốn nuôi dưỡng tâm chánh niệm, muốn đem lợi ích tới mọi chúng sanh, ta lại càng cần có tâm bồ đề kiên cố hơn.

  Nếu bạn nói là bạn muốn nuôi dưỡng tâm chánh niệm để giúp chúng sinh, rồi lại bảo bạn không đủ khả năng, thì thật là chuyện ngược đời. Có tinh thần can đảm không có nghĩa là bạn phải kiêu căng. Tự mãn và tự tin là hai điều khác nhau. Khi bạn nuôi dưỡng những tính thiện như từ bi, chánh niệm; bạn cần làm với sự tự tín. Chánh niệm đưa tới từ lòng từ bi, thương xót mọi loài. Bạn không bị ràng buộc với ý niệm sai lầm về Ngã nữa. Bạn có thể hết lòng phấn đấu để có quyết tâm.

Nhìn lại nước Tây tạng, chúng ta phải luôn luôn tin là ta sẽ thắng. Ta phải có lòng tự tin. Để tôi nói cho bạn nghe một câu chuyện. Vào khoảng năm 1979, trong thời gian hơi được nới lỏng, khi mà người Tây tạng được ra nước ngoài thăm bà con, có một người tới nói chuyện với tôi. Anh ta sanh khoảng năm 1950 tại Lhasa và lớn lên ở đó, nên được thấy những cuộc nổi dậy của dân chúng. Ảnh nói người Trung Hoa rất khôn lanh và dân Trung Hoa thì quá đông. «Khí giới của họ đầy rẫy, nên chúng tôi không làm gì được.» Anh ta rất chán nản. Tôi nghĩ tiếng súng của những năm 1950 vẫn còn rền vang trong tai anh. Rồi cũng có một vị sư từ vùng Dokham tới. Ông ta đã thấy nhiều cuộc giao tranh tại đó, nhiều làng bị bạch hóa và dân quê bị giết hàng loạt. Tôi nói với ổng là khi dân ta quá ít mà họ quá đông thì những chuyện đó xảy ra như vậy! Tôi hỏi: «Nhưng nếu một người Tây tạng đánh nhau với một người Trung hoa thì sao? « Ông thầy cười và nói «như vậy thì dễ lắm, mình có thể dỡn với họ như trong lòng bàn tay mình vậy». Đó là một thí dụ về lòng can đảm. Không cần phải kiêu hãnh nhưng điều quan trọng là bạn phải tự tin, nghĩ rằng bạn có thể làm được.

Năm 1959, khi khởi sự có vấn đề nặng với người

Hoa, xứ Tây tạng chúng tôi ở vào hoàn cảnh rất khó khăn. Toàn dân tôi chỉ có 6 triệu người, thật đáng bi quan. Nhưng từ năm đó tới nay, chúng tôi vẫn không bao giờ bỏ cuộc, vì chúng tôi tranh đấu cho một lý do chính đáng, cho công lý. Không bao giờ chúng tôi mất quyết tâm, quên mục tiêu. Dù đã gần 40 năm kể từ khi Cộng sản Trung Quốc sang Tây tạng, chúng tôi đáng lẽ đã bị diệt vong, thì lại đang đạt được một thế đứng quốc tế. Chúng tôi được nhiều xứ hỗ trợ và có thể đạt được thành quả trong thời gian không lâu nữa.

Làm sao để chúng ta giữ được lòng tin và không bị chán nản? Đức Bụt từ bi, con người chỉ nói lên toàn sự thật, đã dạy rằng: «Những chúng sanh thấp kém nhỏ nhoi như sâu bọ, ong, ruồi...cũng đều có Phật tánh. Dù yếu đuối tới đâu, nếu như chúng cố gắng trong nhiều kiếp, thì chúng cũng có thể đạt tới quả vị cuối cùng rất khó đạt là Phật quả.» Chính Bụt đã dạy là tâm trí chúng sanh nào cũng có tiềm năng thành Bụt. Dù yếu kém tới đâu, đau khổ tới đâu, loài nào cũng có thể thành Bụt cả. Như vậy, khi được sanh ra làm con người, ta biết thế nào là thiện, ác, ta biết hạnh tu Bồ tát, thì làm sao mà ta lại không đắc đạo?

Những vị đạo sư vĩ đại ở Ấn độ và Tây tạng ngày trước cũng là những con người như chúng ta. Họ đạt tới những quả vị cao như vậy là nhờ họ có sẵn Phật tánh và được làm người. Chúng ta cũng thế, cũng được làm người và có Phật tánh ở bên trong. Không thể nào ta lại không đạt tới giác ngộ. Khi đọc tiểu sử ngài Tsong-Kha-pa, ta thấy ngài tu tập cực khổ ra sao để vượt thắng những giai đoạn phát triển tâm linh. Trong những đoạn văn viết từ khi còn trẻ, ngài cho biết đã không hiểu được Trung Đạo là gì. Nhưng rồi ngài vẫn phải vừa tu phước vừa tu huệ, sau đó, ngài viết ra những bài rất sâu sắc, sáng sủa và xác quyết về những điều ngài đã chứng đắc. Đọc những tài liệu như vậy cho ta nhiều cảm hứng và hy vọng tinh tấn được trên con đường thực chứng.

MỘT TIỀN THÂN CỦA BỤT

Tôi xin kể một chuyện tiền thân của Bụt. Đạo Bụt không tin có một thượng đế sáng lập ra mọi thứ. Phật tánh không phải là cái gì do một vị thần linh từ trên cao ban xuống cho bạn, mà là kết quả của con đường chân chính bạn đã theo. Bụt Thích Ca Mâu Ni trong lịch sử không phải là người đạt tới quả vị Bụt trong một kiếp mà thôi. Ngài tích tụ công đức và thiện nghiệp từ bao kiếp trước rồi. Truyện kể trong một tiền kiếp, ngài là hoàng tử Vishvantara (có nghĩa là người giải phóng vũ trụ), con vua Samghaya. Vishvantara không phải là một người thường mà là hiện thân của một Bồ tát có nguyện cứu khổ tất cả các chúng sanh. Vì nghèo là một trong các nguyên nhân lớn của khổ đau nên ngài nguyện thực tập hạnh Bố Thí trước hết. Cha ngài là vua Samghaya, vừa can đảm, vừa nhân hậu, thông minh và rất am tường Kinh Vệ-Đà.

Vishvantara có nhiều phần giống vua cha. Ngài không hề biết sợ hãi và luôn luôn từ bi với mọi người. Ngài có tư cách của một hoàng tử nhưng cũng bình dị với thần dân, ai cũng có thể tới với ngài. Từ hồi nhỏ, ngài đã chú ý nhiều tới chuyện tâm linh. Ngài rất tin tưởng ở chư Bụt và chư Bồ tát, thường tỏ lòng kính ngưỡng họ. Ngài đi tìm thầy học đạo và lắng nghe giáo pháp. Theo truyền thống, ngài thường lắng nghe lời giảng dạy của các vị thầy rồi dùng trí suy xét, phán đoán tỉ mỉ. Sau khi thiền quán, ngài mới thực tập. Giáo pháp không phải là thứ triết lý khô khan. Ngài hiểu đó là những bài học để ngài áp dụng vào đời sống hàng ngày. Nhờ những dấu ấn thiện đã sẵn trong dòng sông tâm thức, nên ngài tiến bộ rất mau. Ngài nuôi dưỡng tâm kỷ luật và kiểm soát được những cảm thọ phiền não. Dĩ nhiên chuyện này khiến cho ngài có bình an, vui vẻ và hạnh phúc.

Ngài chăm chú học năm môn chính là văn phạm, y khoa, nghệ thuật và khoa học nội tâm, hay tâm lý Phậo giáo. Đồng thời ngài cũng được huấn luyện về hành chánh và ngoại giao để lo việc cai trị vương quốc. Sau khi học xong, ngài trở thanh một vị thầy cho các học sinh ưu tú khác. Ai cũng đều yêu mến ngài. Làm mọi cách để đáp ứng nhu cầu của dân, ngài quan tâm nhất tới chuyện dẹp được nạn nghèo đói nhưng cũng chú ý tới các thương gia. Bình an và hòa hợp khắp nơi trong xứ sở ngài.

Hoàng tử Vishvantara rất giàu có, nhiều quyền lực và rất được kính nể. Nhưng vì ngài có tinh thần tin tưởng ở giáo pháp nên ngài không ham gì danh lợi thế tục, cũng không lạm dụng quyền thế hay địa vị mình. Ai cũng biết là khi quyền bính lọt vào tay những người ngu dốt thì rất có hại cho họ và cho người khác. Hàng ngày chúng ta đều thấy những người hẹp hòi mà có nhiều tiền quá tự làm hư hỏng cuộc đời mình ra sao. Họ hách dịch, thiển cận và không thèm quan tâm tới ý kirn của người khác. Hoàng tử không như vậy, ngài biết kiểm soát ngũ quan và hành động của mình. Ngài có tư cách của một ông hoàng nhưng lại tử tế, dễ mến và thành thật với tất cả mọi người.

Khi bạn có động lực trong sáng và ý hướng tốt thì quyền lực và tiền tài có vai trò của nó. Chắc chắn nó giúp cho bạn hoàn thành các mục tiêu. Điều quan trọng là thái độ của bạn. Vishvantara là một con người rất tiến bộ. Vì nhìn thấy những khổ ải của luân hồi nên ngài nguyện phải được giải thoát khỏi cảnh đó. Đồng thời ngài cũng có lòng từ bi với tất cả chúng sanh. Ngài thực hành Lục Độ (sáu phép tu để qua bờ đạt đạo), nhất là hạnh bố thí cũng là vì có lòng từ bi vô lượng. Lòng từ bi của Bồ tát là tình thương vô điều kiện. Người nghèo đói và đau khổ lại được quan tâm hơn. Hoàng tử là người rất thông minh và dễ thương, nhưng đừng quên chính chúng ta cũng có tiềm năng để khi đủ nhân duyên thì cũng chuyển hóa thành ra người tốt. Khi có duyên, chớ để vuột mất nó.

Hoàng tử đó chính ra là một vị Bồ tát có hạnh nguyện lớn. Dù ngài thể hiện bằng những hành động tâm linh hay thế tục, nhưng hành động nào của ngài cũng có mục tiêu là độ cho càng nhiều chúng sanh càng hay, giúp một cách trực tiếp hay gián tiếp. Động lực của các hành động từ bi đó không hề bị vẩn đục vì chấp ngã. Do lòng từ bi, hoàng tử có thói quen cứu giúp những người nghèo khó. Ngài có của cải và quyền lực để khi cần thì có thể dùng. Ngài không bị bó tay vì thiếu phương tiện. Ngài rất tỉnh thức, hiểu nên bố thí cái gì và nên cho vào lúc nào. Điều này quan trọng lắm vì thiếu tỉnh thức thì dù có ý tốt, bạn vẫn có thể lầm lỗi khi bố thí. Vì vậy Từ Bi cũng cần có Trí Tuệ.

Chỉ cho mà thôi thì đó không phải là cách thực hành hạnh bố thí một cách hoàn hảo. Phải có một số tiêu chuẩn. Bạn không được coi thường những người tới xin bạn giúp đỡ. Ngược lại bạn phải sung sướng khi gặp họ. Bạn nên nhìn họ như những vị thầy tới để cho bạn cơ hội phát triển lòng vị tha. Bạn nên cho tài vật và thì giờ tùy theo nhu cầu của người thiếu thốn. Một số đồ không được đem tặng là rượu, thuốc độc, và vũ khí. Thực tập hạnh bố thí nghĩa là bạn phải biết cho những gì thích hợp với từng người. Vishvantara có một động lực trong sáng và lành mạnh; ngài bố thí cho mọi người vô điều kiện. Ngài không phân biệt người này người khác, tặng cho bất kỳ ai thứ gì họ cần. Vậy nên ngài hấp dẫn nhiều dân từ miền xa xôi tới xin. Ngài rất xúc động trước sự nghèo khó của chúng sanh, và lòng quảng đại của ngài do đó càng ngày lại càng tăng tiến. Ngài thiết lập và tổ chức nhiều địa điểm để bố thí, và tự mình kiểm soát công việc. Những người tới xin đều hài lòng, không than phiền gì hết. Vishvantara càng bố thí lại càng vui, và càng quyết tâm, thì động lực trong ngài lại càng trong sáng hơn.

Các bạn có thể nổi hứng để tham gia vào việc bố thí khi bạn biết quán tưởng về những phúc lợi của việc này. Bố thí nghĩa là bạn giúp được người nghèo túng, và làm cho họ bớt khổ. Nhìn họ vui là bạn tạo được hạnh phúc trong tâm thức mình. Hạnh phúc đó sẽ tạo ra một môi trường an bình chung quanh bạn và làm cho bạn cùng người chung quanh được an vui hơn. Người quảng đại được biết tới nhiều và được kính trọng tại mọi nơi trong xã hội. Trong tương lai, bạn sẽ được tái sanh trong cảnh giàu sang. Lòng vị tha cũng làm tăng trí sáng tạo trong ta.

Vishvantara rất tin vào những phúc lợi do hạnh bố thí mang lại và rất muốn phát triển tánh thiện đó. Ngài tin rằng ngài có thể tặng tay, chân và toàn thể thân mình cho ai cần tới. Cảm thọ này bắt nguồn từ lòng từ bi sâu xa của ngài đối với chúng sanh. Hạnh nguyện bố thí của ngài lớn tới nỗi mặt đất bị rung chuyển, khiến cho Vua Trời phải ngó xuống, thấy nguyên nhân của chấn động đó chính là ý nguyện lớn lao của Vishvantara.

Muốn thử coi hạnh nguyện của Vishvantara thanh khiết tới đâu, Vua Trời giả trang thành một ông lão mù lòa. Khi tới gặp hoàng tử, ông lão nói: "Tôi từ xa tới đây để xin ngài tặng cho tôi một con mắt, vì tôi thì mù mà ngài có đủ cả hai mắt, trong khi chỉ cần một mắt cũng nhìn được mọi thứ rồi." Vishvantara im lặng một lát trước lời cầu xin này. Ngài cân nhắc cẩn thận lợi hại, và muốn biết coi món tặng giữ này có thật sự giúp ích người kia không. Người mù rất kiên quyết, nhắc đi nhắc lại rằng bị mù lòa là chuyện rất khổ sở. Hoàng tử bèn quyết định sẽ giúp ông ta, coi như ổng cho ngài cơ hội để thực hành hạnh bố thí. Khi nghe ngài nói vậy, triều đình rất lo ngại. Họ không hiểu ngài sẽ làm sao và họ cầu xin ngài thay đổi ý định. Họ đề nghị ngài thay vì cho mắt, thì tặng cho ông lão nhiều tiền bạc trong kho báu của hoàng gia. Nhưng ngài muốn giữ lời hứa nên quần thần không thuyết phục được ngài. Với quyết tâm đầy từ ái, ngài cho ông lão luôn cả hai mắt. Ngay khi đó, Vua Trời hiện ra nguyên hình và khen ngợi hoàng tử về hành động vô ngã của ngài. Vua nói: "Hoàng tử bố thí hoàn toàn là do ý nguyện vô ngã và vị tha, nên ngài sẽ có lại hai con mắt"

Ngay khi đó, Vishvantara nhìn thấy rõ hơn bao giờ hết, Vua Trời biến đi và hoàng tử rất vui sướng. Tín tâm vào giáo pháp của ngài lại càng chắc chắn, sâu xa. Triều thần không thể tin được khi thấy chuyện xảy ra như vậy, nhưng thấy mắt hoàng tử không bị hư hại gì, thì họ rất đỗi mừng vui. Vishvantara tiếp tục bố thí và tiếng tăm ngài lan rộng khắp nơi. Ngài có lần phải cho cả con voi đã đoạt nhiều giải thưởng. Đó là biểu tượng quý giá của hoàng gia, tượng trưng cho uy quyền và hoàng phái. Tin này được truyền ra nhanh chóng trong triều đình và lan ra quần chúng, ai cũng chống việc ngài làm. Họ khiếu nại lên Hoàng Đế, cho rằng hoàng tử mê mải đi theo con đường tâm linh như vậy thì không nên cho nối ngôi. Vua cha bối rối vì ngài rất thương quý hoàng tử, hy vọng nhiều ở ngài. Nhưng sau khi suy nghĩ chín chắn, vua đặt quyền lợi của vương quốc lên trên, và phải lưu đầy hoàng tử. Theo lệnh vua, các quan đọc chiếu chỉ của vua cho hoàng tử nghe. Ngài không tỏ vẻ buồn phiền gì, có lẽ ít buồn hơn ai hết. Ngài nói sẽ xin tuân lệnh vua cha, nhưng ngài muốn ra đi một mình, để vợ và hai con ở lại kinh thành. Nhưng công chúa vợ ngài đòi tháp tùng ngài. Vì vậy, gia đình hoàng tử gồm cả hai con sửa soạn rời hoàng cung, chỉ mang theo những gì vua cho phép. Khi ra đi, hoàng tử nói với triều thần phải kính trọng các tăng ni và cung ứng các nhu cầu cho họ đầy đủ. Ngài mong họ sẽ tiếp tục cứu giúp những người nghèo khổ và cơ cực. Cuối cùng ngài cho biết sẽ luôn luôn cầu nguyện cho nước, cho dân.

    Hoàng tử nghĩ nếu mình ẩn cư trong một góc rừng thì dễ theo đuổi mục tiêu tâm linh hơn. Trên đường đi, gặp người xin giúp đỡ, hoàng tử vẫn rất độ lượng, bố thí dần dần mọi vật tùy thân. Khi tới cuối cuộc hành trình, ngài đã bố thí hầu hết mọi thứ, kể cả xe và ngựa. Hoàng tử và công chúa mỗi người bế một con nhỏ, tiến vào khu rừng thưa. Trẻ còn nhỏ quá nên cuộc sống của công chúa khó khăn hơn. Hoàng tử thì nhìn cuộc sống mới qua góc cạnh khác: Ngài cho là từ nay ngài có cơ hội để thiền định và đạt được mục tiêu giải thoát, hơn là khi còn trong hoàng cung, ngài chẳng thể thực hiện được. Cuộc đời như vậy thật là khó khăn cho một gia đình. Họ không có lợi tức nên trẻ đói thường trực, mẹ chúng rất đau khổ. Vì hoàng tử luôn chìm đắm trong thiền định nên bà vợ phải ra ngoài kiếm đồ ăn. Tuy vậy, tiếng tăm về lòng bác ái của ngài vẫn ngày một lớn hơn. Một đôi vợ chồng không con nghe thấy tiếng ngài, liền nghĩ nếu họ xin hoàng tử tặng cho họ mấy đứa con ngài thì họ sẽ dùng chúng làm đầy tớ. Họ chờ khi công chúa đi ra ngoài kiếm thực phẩm để tới xin con ngài. Vishvantara phải suy nghĩ, vì tuy rất yêu con, ngài vẫn đã cam kết giữ hạnh bố thí. Hai vợ chồng người kia làm áp lực khiến cho ngài lâm vào hoàn cảnh rất khó khăn.

    Vishvantara không muốn làm bất cứ ai cần tới ngài phải thất vọng, nhưng ngài cũng rất quan tâm tới tương lai lũ con. Ngài cố gắng để đi tới thỏa hiệp. Ngài nói với hai người kia nếu họ mang con ngài tới hoàng cung thì vua cha sẽ trọng thưởng cho, và họ không được đòi xin chúng nữa.

Ông bà kia cho là làm như thế, họ có thể không được thưởng mà còn bị tù. Thấy chuyện đó có thể xảy ra thực, hoàng tử bị kẹt cứng. Thu hết can đảm, hoàng tử yêu cầu hai người đó chờ cho công chúa trở về để nàng được từ biệt các con. Nhưng hai người không chịu. Họ cho rằng công chúa có thể từ chối và cản trở ý nguyện bố thí của ngài, không cho họ mang trẻ về để giúp việc. Ngài miễn cưỡng phải cho hai người kia mấy đứa trẻ. Công chúa trở về nhà hay chuyện thì xỉu đi. Vishvantara cũng bị rơi vào tình trạng phiền muộn.

Khi họ tỉnh lại, họ an ủi nhau và Vishvantara tiếp tục quyết tâm hành hạnh bố thí cho chúng sanh. Họ tiếp tục sống biệt lập trong rừng. Vua trời nghe nói về chuyện cho con cũng ngạc nhiên hết sức. Ông định tới thử thách tấm lòng cao cả của hoàng tử một lần nữa. Ông cải trang thành một ông hoàng tới nhà Vishvantara. Vị này tiếp đón vua trời và hỏi ông cần gì? Người lạ mặt nói nghe thấy tiếng tăm của hoàng tử rất nhiều, nghe ngài cho cả con cái, không bao giờ từ chối ai điều gì....Người này khen ngợi hoàng tử hết sức, và cuối cùng muốn xin một thứ. Hoàng tử bảo ông ta cứ nói, ngài sẽ ráng giúp. Ông lạ mặt nói «Tôi sống rất cô đơn, không có ai thân tình, nên xin hoàng tử cho tôi bà vợ ông để tôi bầu bạn và cuộc đời tôi có nghĩa lý».

Vishvantara rất bối rối. Ngài cảm thấy mình sẽ phải thua, khi trái tim độ lượng của ngài gặp phải thử thách lớn lao này. Vợ ngài là nguồn hy vọng và là trợ lực duy nhất của ngài. Sự tồn vong của ngài đang bị động chạm. Nàng yêu ngài và nếu phải ra đi thì sẽ khổ đau không chịu nổi. Ngài nói không nên lời. Cùng lúc đó, ngài nhớ rằng mục tiêu của đời mình là giải thoát giúp tất cả chúng sanh. Bà vợ ngài năn nỉ đừng để nàng phải rời ngài. Vishvantara biết rõ cuộc chia ly này sẽ đau đớn tới đâu. Nhưng người kia ép ngài, nói nếu ngài từ chối thì rốt cuộc ngài làm hỏng hết ý nguyện bố thí cao cả của mình. Và người đó cũng sẽ không còn lý do để sống nữa. Hoàng tử cố gắng an ủi vợ, ngài nói tới phúc lợi lâu dài của hạnh bố thí cho tất cả chúng sanh. Ngài cũng không thể từ chối và làm cho một chúng sanh đang đau khổ phải thất vọng. Cuối cùng ngài đành cho người đàn ông cô đơn khổ sở kia bà vợ của mình.

Sự can đảm và lòng tốt vô biên của Vishvantara không vô ích. Của cải và hạnh phúc vô biên đã chứa sẵn trong con người ngài, trong vợ con ngài. Khi người đàn ông đắt tay vợ ngài đi ra, thì họ biến mất và Vua Trời xuất hiện. Vua ca tụng đức hạnh của Vishvantara, gọi ngài là Vua của muôn loài. Vua cho biết tấm lòng vĩ đại của hoàng tử nay cả vũ trụ đều biết tới, vua chỉ đến thử thách mà thôi. Vua Trời khuyên hoàng tử và vợ trở lại hoàng cung, và thu xếp để ông bà lão kia mang hai con ngài tới đó. Vua cha gặp lại con cháu rất vui sướng. Cả nước mở hội ăn mừng. sau đó ít lâu, Vishvantara lên ngôi nối nghiệp vua cha, làm một ông vua sùng đạo và vương quốc ngài luôn có hòa bình, hạnh phúc.

Những câu chuyện như vậy không phải chỉ để nghe cho vui tai. Chúng ta cần học và rút tỉa hứng khởi từ đó. Người Tây Tạng có câu: »Tiểu sử các đại sư phải được coi như những bài pháp dạy cho các đệ tử». Cuộc đời Bồ tát Vishvantara là bài học về hạnh bố thí. Đó là hạnh mà người mới theo đẹo Bụt cần phải thực tập. Bố thí là một đức tính mà cả người nhận lẫn người cho đều có lợi lạc. Người cho có công đức, để có thể sống hạnh phúc và giàu sang trong tương lai. Người nhận thì đỡ túng thiếu. Tặng giữ có hai khía cạnh: một là dâng lên Bụt hạnh bố thí, hai là giúp người khốn cùng đỡ thiếu thốn. Điều cốt yếu là chúng ta phải bắt đầu phát triển ý nguyện bố thí, hỗ trợ bởi những tư tưởng tích cực và từ bi. Ta nên cho cái gì mình có thể cho. Nhưng điều cũng quan trọng là ta phải nguyện thực tập bố thí hoài hoài. Chuyện này sẽ làm cho ý chí ta thêm mạnh và có quyết tâm hơn.

VƯỢT THẮNG PHIỀN NÃO

Trong vô lượng kiếp làm người hay làm súc sanh, bạn đã nhiều lần gặp những cảnh khổ đau ngang trái. Bạn đã trải qua không thiếu cảnh khổ nào vì tâm bạn đầy phiền não. Thân bạn có thể đã bị mua bán, làm thịt, bị thiêu đốt hay lột da. Dù cho bạn đã trải qua, những vấn nạn đó vẫn thật sự làm cho bạn đau đớn. Đó là kết quả của những vọng tưởng tiêu cực trong tâm bạn. Những khổ đau đó không những không thể giúp gì bạn trên con đường tới xứ Bụt, mà cũng không giúp cho bạn được sang giàu hay sống thọ hơn. Dù trước đây từ vô thủy, bạn đã trải qua những khổ đau vô lượng đó rồi, từ nay tới vô chung, những đau khổ đó vẫn cứ tiếp diễn, khác nào như những cực hình tra tấn bạn.

Nhưng nếu bạn quán về Phật Tánh, hướng tâm bạn về đó, và có cố gắng thì dù có gặp khó khăn hay không, cuộc đời bạn cũng đã có mục đích. Theo đuổi con đường tới Chân Như thì những khó khăn chỉ có giới hạn, vì những thứ này phải lùi bước khi bạn có tiến bộ tâm linh. Càng thực tập nhiều bạn càng có nhiều thành quả. Nhờ thái độ và tinh thần của bạn đã phần nào tinh tấn, những khó khăn cũng sẽ trở nên dễ giải quyết. Nhờ năng lượng của sự thực tập và sức mạnh tinh thần, bạn có thể chấm dứt khổ đau.

Trong vòng luân hồi, khổ đau không thể dứt. Tưởng tượng bạn bị bắn vào bụng rất đau đớn. Muốn lấy viên đạn ra và hết bị đau, bạn phải được giải phẫu. Dù có thể có những hậu quả khác, nhưng chắc bạn sẽ vui lòng chấp nhận cái đau của giải phẫu để loại bỏ được viên đạn trong bụng ra. Ngày nay người ta thường mổ xẻ để cắt bỏ hoặc ghép một bộ phần nào đó vào trong cơ thể. Đôi khi bạn phải hy sinh một phần cơ thể để sống còn. Để tránh bị đau nhiều, ta sẵn sàng chấp nhận cái đau nhỏ hơn. Dù cho các bác sĩ, thuốc men và phẫu thuật có thể làm cho ta khó chịu, ta cũng phải cộng tác với họ để thắng được tật bệnh. Vậy thì nếu muốn vượt qua muôn ngàn khổ ải, nếu ta chịu đựng những gian khổ nhỏ thì cũng là chuyện dễ hiểu thôi.

Bụt Thích Ca giống như một vô thượng lương y, giúp cho tất cả chúng sanh đều có thể trở thành Bụt hết. Ngài chỉ dạy cho ta một con đường rất êm ái mà nếu ta chịu theo kỹ thuật đó ta sẽ chữa được vô lượng khổ đau. Bụt là một người dẫn đạo tuyệt vời. Nếu ta phải vượt qua một ngọn núi cao và khó leo, ta không thể ép một cái máy xe leo thẳng dốc lên được. Muốn lên tới đỉnh núi, ta phải theo con đường vòng vèo. Tương tự như vậy, Bụt dạy chúng ta nhiều pháp môn với trình độ khác nhau tùy người học. Những pháp môn này từ từ sẽ giúp chúng sanh đạt tới quả vị Phật.

Tỷ dụ như hạnh bố thí. Đầu tiên Bụt dạy ta bố thí thực phẩm vv...Khi ta đã tập có thói quen bố thí, thì từ từ sẽ có ngày - khi từ bi trí tuệ trong ta lớn hơn lên - ta có thể bố thí dễ dàng cả thân mạng, thịt xương của mình! Sẽ tới ngày bạn nhìn cơ thể bạn không khác với thực phẩm. Khi đó thì bạn sẽ không thấy khó khăn gì trong việc hiến tặng thân thể mình. Dù sao, nếu chưa luyện Tâm được, thì chuyện này vô cùng khó!

Đôi khi trong TV tôi nhìn thấy những thử nghiệm khá tàn bạo trên súc vật. Bạn có thể thấy cảnh y sĩ mổ óc của một con vật còn đang sống. Tôi phải nhắm ngay mắt lại, không thể coi tiếp. Rõ ràng là tôi không có thói quen nhìn những chuyện như vậy, trong khi người quen coi rồi thì không ngại gì. Tương tự, khi nhìn mấy con gà bị nhốt trong lồng để ở phía ngoài tiệm ăn, tôi thấy rất buồn trong khi đối với người sắp làm thịt và nấu gà đó thì con vật không các gì rau cỏ. Lúc này, ý tưởng đi vào địa ngục để cứu chúng sanh có thể làm bạn kinh hoàng, nhưng khi làm quen với nó rồi thì sẽ dễ thôi.

Các Bồ tát đã xả bỏ được những tâm hành tiêu cực thì không còn bị đau đớn về thể xác. Và khi tập để có trí tuệ, thì họ cũng không bị khổ đau về tinh thần nữa. Vì Chấp Ngã một cách lầm lẫn, chúng ta làm cho thân tâm đau khổ. Nhờ có phước đức, chúng ta sẽ được an lành về thể chất, và nhờ có trí tuệ, chúng ta được hạnh phúc trong tinh thần. Vậy nên dù còn trong vòng luân hồi, người từ bi sẽ không bao giờ nản chí. Nhờ có tâm bồ đề kiên cố, nhờ sự tỉnh thức, các Bồ tát sẽ loại bỏ được những cảm thọ tiêu cực của quá khứ và thu góp được cả đại dương phúc lợi. Do đó, họ được coi như những vị đứng trên những người chỉ tu tập để giải thoát cho mình mà thôi. Vậy thời bạn nên can trường cưỡi con ngựa tâm tỉnh thức đi từ cõi an lạc này tới vùng hòa bình kia. Khi thực sự tỉnh thức, bạn làm sao còn nản chí được nữa?

Muốn đáp ứng được các ước vọng của chúng sanh, bạn phải tích lũy được những năng lượng vững chãi, an vui và biết lúc nào nên dừng lại. Phải có hứng khởi tu tập và kiên trì, nghĩa là không bỏ ngang sự thực tập. Bạn sẽ được an lạc nếu tìm được niềm vui khi tu tập. Biết dừng lại nghĩa là biết nghỉ ngơi khi mệt mỏi. Dừng lại sau khi thành công chứ không dừng khi chưa làm được chi cả. Nếu bạn tự ép mình tu học khi tâm bạn chưa muốn thì bạn sẽ đi tới chỗ ghét cả nơi bạn ngồi thiền. Vậy nên buổi ban đầu bạn phải khéo léo. Lúc mới tập, mỗi đầu giờ thiền, bạn nên tươi tỉnh và vui hưởng giây phút đó. Vậy nên nghỉ ngơi trước đó thì tốt hơn. Đừng nên ép bạn tới kiệt lực, nên nghỉ xả hơi để khỏi bị như vậy.

Tội lỗi của chúng ta và của chúng sanh thì vô lượng. Chúng ta phải phá hủy chúng đi. Tội lỗi đây có nghĩa là những cảm thọ phiền não ngăn cản sự giải thoát và đạt đạo. Muốn xả bỏ chỉ một lầm lỗi trong vô lượng tội, chúng ta đã cần khá nhiều năng lực rồi. Nhưng chúng ta chưa hề bắt đầu xả bỏ được một phần tội lỗi. Trầm luân trong cõi luân hồi thật là khổ. Chúng ta cũng như chúng sanh phải đạt được vô số nhân lành mới thành Bụt được, mà muốn có một nghiệp lành đã phải tốn bao công sức! Chúng ta chưa hề làm quen với một phần các đức tính đó, chúng ta phí phạm cuộc đời một cách lạ lùng. Không kính ngưỡng chư Bụt, không góp công vào việc hoằng pháp, không bố thí cho kẻ khó, không tặng đức vô úy cho kẻ sợ hãi, không tặng an lạc cho kẻ đau buồn....Khi còn trong bụng mẹ, chúng ta làm cho bà đau đớn. Khi ra đời, ta bắt đầu là nhân duyên gây khổ đau. Đời ta không có mục tiêu vì ta không muốn theo con đường thực tập tâm linh. Nếu bạn là người thông minh thì sao lại bỏ qua ước vọng này?

TỰ TIN VÀ TINH TẤN

Bạn phải phát triển lòng tự tin và thực tập thiền quán. Trước khi thực tập theo con đường tâm linh, bạn phải nghiên cứu và quyết định coi có nên tu tập hay không? Nếu bạn thấy mình không thể thì thà đừng bắt đầu. Khi đã bắt đầu rồi thì đừng bỏ cuộc. Nếu không bạn sẽ có thói quen bỏ dở. Không những trong đời này, thói quen đó còn làm hại bạn trong các đời sau, khiến những khổ đau chồng chất thêm lên. Vậy nên sau khi xem xét kỹ coi bạn có thể thực hiện được không rồi bạn hãy khởi sự. Và khi đã quyết tâm thì phải đi tới đích.

Vì phiền não, những chúng sanh thường không thể làm tròn những mục tiêu của họ. Họ vô tình đi vào con đường tự đầy ải mình. Muốn có chút tiền bạc nhiều người phải làm việc ngày đêm hoặc phải hành xử dữ dằn, lừa lọc. Họ bị vướng vào những sinh hoạt thấp kém mà hình như họ chấp nhận chúng một cách vui vẻ. Chúng ta đã có hạnh nguyện độ các chúng sanh, làm sao ta ngồi yên nhìn họ cho được? Chúng ta cần có thái độ tự tin, nhưng không nên hành động với sự kiêu hãnh hay can đảm mà bi quan. Vừa kiêu ngạo vừa bi quan là một tư tưởng bất an cần loại bỏ. Nếu chúng ta để rơi vào sự chán nản, thiếu tự tin thì những cảm thọ phiền não sẽ xâm chiếm tâm ta dễ dàng.

Chúng ta phải giữ được lòng tự tin khi nghĩ ta là con cháu hay đệ tử của Bụt, một lãnh tụ vĩ đại. Tự tin nhưng không kiêu hãnh. Lòng tự tin không có gì đáng trách vì nó giúp ta làm được những gì ta muốn làm. Nếu chúng ta tự tin và coi phiền não như kẻ thù, thì ta có thể vượt thắng được tánh kiêu hãnh. Ta không nên mắc cỡ về sự tự tín đó. Ai đã thắng được lòng kiêu hãnh và giữ được tự tin có thể được coi là người can trường và thắng lợi. Họ có thể đạt tới quả vị Bụt và độ được chúng sanh. Khi chúng ta có được tín tâm đó, thì dù có bị cảm thọ phiền não quấy rầy, chúng cũng chỉ như bầy hổ trước sư tử, không làm hại được ta. Giống như loài người bảo vệ con mắt của họ trong bất kỳ hoàn cảnh nào, chúng ta phải thắng được phiền não dù khó tới đâu. Thà là bị đốt cháy, bị giết hay chặt đầu còn hơn là bị thua phiền não.

NUÔI DƯỠNG NIỀM VUI

Bạn phải nên nuôi dưỡng những niềm vui. Những người theo hạnh Bồ tát thực tập một cách vui vẻ, sung sướng, như trẻ con được tham dự trò chơi vậy. Bạn phải đi theo con đường Bồ tát mà không tự mãn. Người đời thường tham dự vào nhiều sinh hoạt để có được chút hạnh phúc hữu lậu dù họ không biết rõ họ có thể hoàn thành được nguyện vọng hay không. Họ có năm mươi phần trăm hy vọng nhưng họ vẫn làm việc rất cần cù. Nhưng khi theo chân Bồ tát, chắc chắn 100 phần trăm bạn sẽ tìm được niềm an lạc vĩnh cửu. Sống theo con đường Bồ tát rất vui và lợi ích cho bạn và cho mọi loài.

Không có hạnh phúc lâu dài với các thú vui sắc dục và ham muốn tài vật. Những thứ đó giống như mật ngọt bôi trên lưỡi dao sắc. Khi bạn liếm mật đó, bạn có thể thấy vị ngọt của nó nhưng đồng thời bị đứt lưỡi. Nhưng khi bạn hướng về con đường giải thoát, công việc bạn làm sẽ mang cho bạn phúc lợi và an lạc. Khi không tự mãn, công việc đó sẽ giúp bạn được giải thoát. Làm như thế, sự cố gắng nơi bạn có thể đạt được kết quả. Vậy chúng ta nên vui vẻ mà bắt đầu sống theo con đường của Bồ tát, giống như con voi bị cháy nắng nhảy vô hồ nước mát một cách sung sướng.

CHƯƠNG 7

HÀNH TRÌ CỦA THIỀN GIẢ

Một phương pháp tốt nhất để kiểm soát Tâm là tập trung tư tưởng. Khi ta chú tâm vào một chuyện gì đó thì ta có thể loại bỏ được những lớp thô phù của vọng tâm rối ren. Dù bạn thiền tập theo phương cách nào thì sự thành công của bạn cũng tùy vào sự chú tâm quán tưởng. Khi bạn đã có thể chú tâm vào một điểm thì bạn cũng có thể chú tâm vào bất cứ đối tượng nào. Khi phối hợp cái thấy về Không với cái tâm an bình, bạn có thể loại bỏ được những cảm thọ bất an. Muốn có được cái thấy đặc biệt ấy, bạn cần phải nuôi dưỡng sự tập trung tâm ý.

Để luyện cho tâm có thể tập trung vào một điểm, bạn cần một số điều kiện cần và đủ. Về vật chất, bạn phải có một chỗ riêng biệt. Gặp gỡ nhiều người không tốt, và không nên dính vào cái vòng ngồi lê đôi mách bất tận. Nên ở một nơi ít phải liên hệ tới ai. Tiếng động là một thứ làm phiền tới sự nhất tâm, nên bạn hãy chọn một nơi yên lặng, không ồn ào náo nhiệt. Điều quan trọng nhất là làm sao cho tâm bạn không bị rối ren. Nếu tâm bạn không bị kẹt vào những ý niệm, nếu thân bạn không động đậy thì bạn không bị chia trí. Khi bạn lo ra thì giống như tâm bạn bị kẹp giữa hai hàm răng của những cảm thọ bất an. Để khỏi nghĩ lan man từ chuyện này qua chuyện kia, bạn cần quán tưởng về những bất lợi của sự vướng mắc và tham đắm.

Tại sao một thực thể vô thường lại bị ràng buộc vào một thực thể khác? Nếu hai người cùng sắp bị hành quyết, thì liệu họ có còn vướng mắc vào nhau chăng? Tương tự như vậy, nếu hai người cùng bị bệnh sắp chết mà còn ràng buộc vào nhau hoặc tranh đua với nhau thì thật là kỳ cục. Vậy thì một con người vô thường lại bị vướng mắc vào một người khác thực vô nghĩa. Bạn bè và bà con đều vô thường cả. Họ thay đổi từng phút giây. Khi bạn bị ràng buộc với họ, bạn sẽ mất cơ hội tìm được sự giải thoát vĩnh cửu. Vì tánh chất bất định của tâm tư, chúng sanh có thể nay là bằng hữu, mai là thù nghịch của bạn. Vì bạn bị vướng mắc nên bạn cũng khiến cho người khác phát khởi tâm ràng buộc.

Khi bạn ham muốn nhiều và không gặp những liên hệ như ý thì bạn sẽ không vui và không được vững chãi, an nhiên. Cho dù bạn gặp được nhiều niềm vui thì nó cũng không cho bạn hạnh phúc. Bạn sẽ ngày càng tham lam, vướng mắc nhiều hơn và làm hại chính bạn. Khi có những tham đắm trong lòng, dù cho gặp hoàn cảnh tốt đẹp hay không, bạn cũng không có hạnh phúc. Bạn cần phải chấm dứt những hệ lụy này ngay từ trong tâm bạn.

CÁI VÒNG DANH LỢI CONG CONG

Có một ngạn ngữ nói rằng nếu bạn nằm trên núi vàng thì vàng sẽ làm xây xát thân bạn. Nằm trên núi bùn thì thân bạn sẽ lấm bùn. Liên kết với những kẻ thiếu chín chắn, bạn cũng sẽ hành động không chín chắn và thiếu lành mạnh như họ. Khi tự khen mình, khi hạ giá trị người khác và khi vướng vào những câu chuyện làm vui lòng chúng sanh trong cõi luân hồi, bạn sẽ bị lôi kéo vào những kiếp sau kém cỏi hơn. Giống như loài ong hút mật mà không bị vướng vào màu sắc của bông hoa, bạn chỉ nên nhận vào những thứ gì cần cho sự tu tập tâm linh mà không bị dính mắc vào những chuyện trần tục.

Những chúng sanh có tâm mê muội hoặc tham đắm vật dục và danh vọng có nỗi khổ lớn gấp ngàn lần cái khổ khi bị vướng mắc. Chúng ta nên khôn ngoan, đừng để bị ràng buộc vào danh lợi vì nó sẽ làm cho ta khởi tâm sợ hãi. Và sớm muộn gì ta cũng sẽ phải từ bỏ những thứ mà ta tham đắm đó thôi. Ngạn ngữ cũng nói "cái gì hợp rồi cũng tan, cái gì cao rồi cũng bị rớt xuống thấp". Dù cho bạn thu thập được nhiều của cải, nhiều tiếng tốt, bạn nổi danh khắp nơi, thì bạn cũng không thể mang nó theo khi chết. Khi còn có người phê bình, chê bai bạn, thì có sao bạn lại lấy làm tự mãn lúc được khen ngợi? Nếu còn có người khen tặng bạn thì có sao bạn lại giận dữ nhiều như vậy lúc bị kẻ khác chê trách? Chúng sanh vì nghiệp dĩ và tùy tình trạng tâm thức, họ bất nhất, thất thường đến nỗi Bụt cũng không thể làm hài lòng họ được.

Bụt Thích Ca với bao nhiêu tướng tốt và đức tính tuyệt hảo, đã hấp dẫn vô số người tới với Bụt, mà cũng vẫn có những người nói xấu ngài. Như vậy, khi họ nói xấu về những người bình thường nhiều vọng tưởng phiền não như chúng ta, thì có gì lạ đâu? Vậy nên chúng ta không cần phải làm hài lòng chúng sanh thế tục. Khi một người nào không có bạn, thiên hạ sẽ chê cười, cho là vì người đó không tốt. Nếu có nhiều bạn bè, thiên hạ cũng vẫn cười chê, nói đó là kẻ ưa nịnh. Người ta nói thế nào cũng được. Bạn hành xử cách nào thì cũng khó mà sống thoải mái với những kẻ thiếu trưởng thành.

TA DẠI TA TÌM NƠI VẮNG VẺ

Trừ khi họ đạt được điều họ muốn, những con người thế tục ấu trĩ thường luôn luôn khổ sở. Ngay Bụt cũng nói khó mà tin tưởng hay làm bạn với họ. Vì chúng ta sẽ gặp rất nhiều vấn đề trong cuộc sống thế tục, nên Bụt khuyên ta nên chọn một chỗ vắng vẻ. Xa những thành thị ồn ào tất bật, cư trú nơi xa xôi hẻo lánh sẽ có nhiều điều lợi lạc. Trong rừng sâu hay trên núi cao chỉ có thú hoang và hoa cỏ tươi đẹp. Không giống loài người, thú vật không có tâm nghi ngờ, mong cầu chi cả. Bạn không lo bị hoàn cảnh chung quanh xâm phạm, bạn dễ dàng làm bạn với chúng.

Sống trong hang động hay trong một ngôi chùa trống hoặc dưới gốc cây thật là vui. Nếu bạn có thể sống như thế, không trở lại đời sống cũ, nếu bạn có thể ở trong hang, không gặp người khác, thì bạn sẽ không còn những cảm thọ tiêu cực như tâm tham đắm chẳng hạn. Chỗ bạn ở không có chủ nhân, chỉ là thiên nhiên rộng mở, thì bạn sẽ rất vui vẻ. Nếu bạn biết hưởng được cảnh đó thì hay biết mấy.

Trong những nơi như vậy, bạn không cần có gì nhiều. Những vị tăng đang trì giới thường chỉ có một bình bát và mấy tấm vải rách để làm y áo. Không có của cải nên bạn chẳng cần phải dấu diếm đồ đạc. Những người giàu có thường phải cẩn trọng vì họ sợ người khác nhìn thấy tiền bạc của họ. Họ sợ đồ đạc của họ bốc mùi, bị hư hỏng vào mùa mưa hay bị chuột bọ cắn nát. Họ luôn luôn phải lo bảo trì và cất kỹ chúng.

Khi người Tây Tạng chúng tôi mới bị lưu đày, mỗi người chỉ có vài cái bao nhỏ đựng đồ cá nhân, thật là tiện lợi. Khi tôi còn ở Lhasa (thủ đô nước Tây Tạng), tôi có nhiều đồ vật được truyền lại từ các Đạt Lai Lạt Ma đời trước. Phải làm nhiều chuyện để gìn giữ chúng, chẳng hạn như phải phơi phóng quần áo vv....Các thầy trong giới đường của tu viện thường yêu cầu tăng sĩ không nên có nhiều đồ tùy thân để họ có thể sống đơn giản. Nghĩa là bạn sống làm sao mà của cải chỉ là cái gì dưới bàn chân khi bạn đứng lên: bạn không có gì để mang - không cần giữ.

Những vị thầy thời Kadampa hay nói rằng dù các tu sĩ đã xuất gia, họ thường vẫn tự giam mình vào căn nhà thứ hai. Nghĩa là sau khi thọ giới tăng hay ni, nếu bạn lại thu thập đồ tùy thân thì bạn vẫn bị vướng vào chuyện phải bảo trì chúng. Những ai không làm chủ thứ gì trong hang trống thì không có gì cần phải dấu giếm, không có gì để sợ hãi. Truyện kể những người trong làng kia nghe nói cướp sắp tới. Họ chạy đi, mang theo những gì họ có thể mang và dấu đi những thứ có thể dấu. Có một người không làm gì cả, đứng nhìn mọi người chạy tới chạy lui. Khi người khác hỏi sao ông không lo, ông ta trả lời: "tôi không có gì nên không cần âu lo."

Để vượt thoát được những tham đắm, bạn nên quán tưởng khi chết, bạn sẽ phải rời xa bạn bè, thân nhân, của cải và cả thân thể của chính mình. Khi sanh chúng ta cũng ra đời một mình. Khi chết, ta cũng chết một mình. Sanh và tử là hai thời điểm quan trọng nhất đời ta, không ai có thể giúp hay chia sẻ nỗi khổ đó của ta được. Du khách tới ngủ một đêm nơi quán trọ rồi đi. Cũng thế, ta là du khách ghé chơi cuộc sống luân hồi. Khi sanh ra, thời gian đầu tiên đó là lúc ta ghé quán trọ để ngủ đêm. Đời ta giống như thời gian ta ngừng lại trong quán, vì ta không sống hoài được. Sớm muộn gì ta cũng sẽ chết và thân ta sẽ được phu nhà đòn mang đi trong khi gia đình và bè bạn than khóc. Nếu lúc đó bạn mới ân hận đã làm nhiều chuyện bất thiện, không làm được nhiều chuyện tốt - thì đã quá trễ mất rồi. Vậy nên trước thời điểm đó, bạn nên vô rừng mà tu đi. Nhiều câu chuyện cho biết những người đạt đạo thường luôn luôn phải ẩn cư nơi vắng vẻ, thanh tịnh. Ít có người ở nơi thành thị mà đạt được giải thoát.

Thiền định tại nơi cô lập như thế có những lợi ích gì? Bạn sẽ không có những người gọi là bạn ở gần bên. Khi bạn có nhiều người thân quen ở cạnh, dù bạn muốn được yên tịnh tu tập, họ cũng không để bạn yên. Sống gần nhiều người, trong đó thế nào cũng có những người bạn không ưa, chỉ nhìn thấy họ là bạn khó chịu. Nếu sống cô lập, bạn sẽ không có vấn đề với bạn hay kẻ thù. Khi bạn sống biệt lập nơi xa xôi, coi như mình đã chết thì lúc lìa đời, chẳng ai phải than khóc chi. Chim chóc và thú vật quanh bạn sẽ chẳng khóc than, cũng không làm hại bạn. Trong hoàn cảnh ấy bạn có thể thực tập những tính thiện như quán tưởng các đức tánh của Bụt, quán về Tánh Không hay niệm chú. Không có ai làm cho bạn bị sao lãng.

Khi tham đắm hay sân hận khởi lên trong tâm ta, nếu ta thực hiện được những gì mình ham muốn thì sẽ được hài lòng, vui sướng hoặc vơi bớt khổ đau trong chốc lát. Nhưng nếu ta bỏ được tham đắm và sân hận thì ta được hạnh phúc lâu dài. Người cư trú trong chốn rừng cây êm ả đó không còn bị rắc rối, cũng chẳng cần tranh luận gì. Sinh môi chốn ấy đem lại an tịnh; mùi gỗ thơm hay ánh sáng mặt trăng đều làm cho tâm ta bình yên vậy. Trong góc rừng an ổn đó bạn có thể thiền quán thanh tịnh trong một chỗ ở xinh xắn làm bằng đá. Bạn có thể hồi hướng công đức cho tất cả chúng sanh. Khi nào chán chỗ đó, bạn có thể không ngần ngại, di chuyển ngay sang một khu rừng khác.

Được ở một nơi như vậy thật là hay. Bạn không cần nương tựa vào ai, bạn tự do hoàn toàn và được độc lập, không bị ràng buộc với cái chi hết. Bạn sẽ không có cơ hội để phân biệt đây là bạn, đây là thầy, kia là thù địch. Bạn sẽ hài lòng với cuộc sống, có cái gì là vui với cái đó. Ông Trời cũng không sống được như vậy. Để có một cuộc sống có giá trị nơi vắng vẻ, bạn cần xả bỏ hết những ý niệm tiêu cực và luôn luôn thiền quán, hành trì chánh niệm.

Tóm lại, bạn nên sống một mình trong một chỗ cô lập nơi rừng sâu thì bạn sẽ ít bị khó khăn, bạn sẽ được an lạc và ít bị phiền nhiễu. Bạn phải xả bỏ những ý định giúp đỡ bạn bè hoặc làm hại kẻ thù. Bạn chỉ nghĩ tới chuyện đạt được Phật tánh để độ cho hết thảy chúng sanh. Bạn phải chú tâm vào mục tiêu duy nhất đó để có thể nhập đại định và chuyển hóa tâm thức bằng cách nuôi lớn sự hiểu biết.

MẤT MẠNG VÌ HAM MUỐN

Trong thế giới này và các thế giới khác, ham muốn làm cho ta dễ bị chia trí. Khi bạn ham muốn một vật gì, hoặc ham có tiếng tăm danh vọng, lòng ham muốn đó có thể làm cho bạn mất mạng. Nó làm cho bạn bị gò bó trong đời này và đọa vô địa ngục những kiếp sau. Một trong những ham muốn mạnh nhất là ham sắc dục. Khi hôn nhau, ta chỉ đụng vào bộ xương có da và thịt che phủ, có gì khác nữa đâu? Hình thức đẹp đẽ của người ta yêu không tự nó hiện hữu, cũng không phải có đó từ vô thủy. Khi nhìn bộ xương thì ta sợ hãi, dù là nó không di chuyển được nữa; vậy mà vì sao ta lại không sợ bộ xương đó khi nó còn sống và biết đi lại? Thay vì ràng buộc vào một thứ xấu xí như bộ xương, sao ta không chú tâm vào sự an lạc vĩnh cửu của Niết bàn?

Không nhận thấy những gì bẩn thỉu trong thân người khác là chuyện không đáng ngạc nhiên, nhưng nếu nghĩ thân mình không dơ bẩn thì thật kỳ lạ. Tại sao ta lại yêu thích cái thân mình với bao nhiêu chất nhơ tiết ra bên ngoài đó? Sao ta lại yêu thân mình hơn là yêu bông hoa sen tươi đẹp đang hé cánh trong ánh sáng, khi mặt trời ló ra khỏi đám mây? Chúng ta thường chùn lại khi thấy đất có dính phân. Sao ta lại thích vuốt ve thân thể một con người, là nơi sản xuất ra phân? Ta không thích con sâu, con bọ sống trong đống phân, sao ta lại ham muốn cái thân bất tịnh của người yêu?

Không những chúng ta không thấy rõ được cái thân bất tịnh của mình mà ta còn bị vướng mắc vào thân bất tịnh của kẻ khác. Ngay cả những thứ hấp dẫn và tương đối sạch như rau trái, thuốc thang, ngay khi ta bỏ chúng vô miệng là chúng thành ra nhơ bẩn rồi. Khi ta nhổ nó ra, ta làm nhơ mặt đất. Có nhiều dấu hiệu có thể giúp cho ta hiểu vì sao thân ta bất tịnh. Nếu bạn vẫn không thể hiểu như vậy thì bạn nên tới một cái nhà xác để mà coi. Khi bạn sợ không muốn sờ vào da người chết, sao bạn lại ưng mó vào thân thể người kia?

Thực tánh của thân thể là khi ta để nó tự nhiên thì tóc và móng chân móng tay sẽ mọc dài khủng khiếp. Vì vậy ta phải ráng vuốt chải tóc tai - y như đánh bóng khí giới của ta vậy. Để tự nhiên, chúng ta không đẹp mà xấu hoắc. Vì xấu xí nên ta ráng thay đổi, bôi trét phấn son lên cơ thể ta. Ta tạo ra bề ngoài hấp dẫn đối với những người vô minh. Bị những cảm thọ mê muội hướng dẫn, chúng ta hành xử như những người điên.

Một số người quá nhiều tham vọng phải làm việc cực tới độ khi về tới nhà là họ kiệt lực, chỉ còn lên giường đi ngủ. Đó là vì họ bị ràng buộc vào tiền tài, là thù lao của công việc họ làm. Có người sau khi lập gia đình lại phải đi ra ngoại quốc làm việc kiếm sống. Xa người mình yêu mến là một nhân duyên lớn để khổ đau. Họ chỉ có thể gọi điện thoại hay viết thư. Thoạt đầu họ ráng biện hộ cho việc đi xa, nhưng sau một thời gian dài, họ cảm thấy như họ đã phải bán mình cho công việc. Bạn có thể hài lòng với công việc nhưng xa vợ con lâu ngày khiến cho bạn không thể vui. Nếu được tự do, bạn có thể ưa thích cuộc sống an hòa trong gia đình. Bạn vốn là người cởi mở tử tế nhưng xa gia đình lâu, bạn có thể không còn là người tốt đối với lối xóm kế bên.

Thỉnh thoảng có những người đau khổ vì không có con. Họ đi khám bác sĩ hay tới gặp các đạo sư để mong sanh đẻ được. Họ cầu nguyện và dùng thuốc chỉ để sanh được con. Một số người khác thì ngược lại. Họ đau khổ vì sắp có con, họ nghĩ tới chuyện phá thai. Những người thích có con, khi có thì coi như tìm được kho tàng. Nhưng khi trẻ ra đời rồi lớn lên, trở nên một đứa con vô kỷ luật, không biết nghe lời, thì nó trở thành nguồn gốc của phiền não. Trẻ lớn lên là bạn phải nghĩ tới chuyện học hành của nó một cách nghiêm túc. Bạn sẽ thấy mình không thể gửi con tới trường tốt như bạn muốn, hoặc không biết chọn trường nào. Rồi sau khi cố gắng để cho con vô trường rồi, bạn thấy rằng con bạn học không giỏi gì cả. Hoặc là học xong đó nhưng không có việc tốt. Ngay cả khi có công việc tốt rồi, bạn lại bận tâm lo tìm vợ tìm chồng và làm đám cưới cho nó. Đời sống của chúng ta tiếp diễn như vậy. Chúng ta chăm sóc cho các con quá nhiều. Sau khi nuôi và dạy chúng, khi ta già yếu, phải chống gậy, mắt mờ chân chậm rồi thì ta sẽ cần nương tựa vào chúng. Nếu chúng từ chối giúp đỡ, ta chỉ còn nước than thở và nói rằng "chẳng thà không có con!". Vậy nên Bụt Thích Ca đã nói: "lập gia đình cũng giống như ta bị một chứng bệnh vậy!"

Vì có quan niệm đó nên các tăng ni thọ giới xuất gia, rời khỏi cuộc sống gia đình. Xuất gia không phải là chuyện đi buôn, chuyện lừa gạt người khác hay bắt đầu một dự án. Mục tiêu duy nhất là tu luyện tâm linh, Nếu bạn làm như vậy và không lo âu gì về thực phẩm, áo quần, của cải, chỉ chuyên tu và thực hành thiền định, thì cuộc đời xuất gia thật là huyền diệu. Bạn có thể dậy sớm vì bạn không bị phụ thuộc vào ai. Khi buồn ngủ thì đi ngủ. Phiến diện thì bạn không bị vướng bận vào những công chuyện vô nghĩa tầm thường. Trên bình diện sâu xa hơn, bạn sẽ được dâng hiến trọn đời mình cho sự nghiệp giải thoát. Không bao lâu sau khi tu tập nghiêm chỉnh, bạn đã có thể sống rất an vui. Có ngạn ngữ đã dạy: "Nếu bạn tu tập đàng hoàng thì dù sống trong gia đình, bạn cũng sẽ tới Niết Bàn được. Nhưng nếu bạn sống như loài sóc trong rừng sâu nhiều năm dài mà không chịu tu tập thì bạn cũng chẳng đi tới đâu."

Ham muốn tiền tài, của cải là nguyên nhân gây khổ não. Khi không có tiền chúng ta không làm chi được. Ta phải tìm được việc làm để được trả lương cao. Nhưng muốn có lương cao, ta phải đi học. Do đó, người ta tới trường học, và một số ít người còn làm cả bằng cấp giả. Chuyện buôn bán nhỏ nào cũng cần vốn liếng. Nhiều dân tỵ nạn Tây Tạng bán áo thung trên hè phố Ấn độ, thật là cực khổ. Nhưng có nhiều người làm ăn cực như vậy là để có thể theo đuổi con đường tu tập tâm linh. Tương tự như vậy, người ta cầu nguyện và tham dự các nghi lễ tôn giáo. Nhưng không có nhiều người tới nhờ các ông thầy để xin họ «cầu nguyện dùm cho chúng tôi được giác ngộ và lên cõi Niết bàn». Họ thường xin các thầy «cầu nguyện để chúng tôi được buôn may bán đắt». Khi bạn kiếm được chút tiền rồi thì bạn sẽ phải bận tâm bảo vệ nó, phải biết để nó vào nhà băng nào. Thời này có rất nhiều ngân hàng. Bạn sẽ phải làm sao để tìm nhà băng cho bạn mức lời cao nhất. Trong khi đó thì bạn có thể mất hay bị ăn cắp mất số tiền kiếm được bất cứ lúc nào.

Có nhiều cách dùng tiền. Tôi nghĩ tới một người Tây Tạng đặc biệt đã xin tôi thọ lễ Điểm Đạo và ông ta sẽ xin bảo trợ cho buổi lễ. Sau khi nghe tôi nói về nhu cầu giáo dục trẻ em và sự cần thiết bảo trợ cho trẻ được học hành, ổng đối ý, xin tôi cho phép bảo trợ giáo dục chứ không bảo trợ lễ điểm đạo nữa. Đây là một tấm gương tốt. Mất công sức làm ra tiền, những người đó biết cách dùng tiền sao cho có phúc lợi. Nơi nào tôi cũng nghe nói tới chuyện người ta cúng tuần cho người mới chết rồi thường ăn uống linh đình. Thật là ngu dại. Sao bạn lại ăn mừng khi có tang? Khi chúng ta thu góp được tiền bạc và khá giả hơn về tài chánh, ta nên tiêu sài nó một cách tích cực vào việc giáo dục, y tế vv...chứ đừng tiêu phí tiêu hoài. Đời người là cơ may rất lớn và khó gặp, nhưng nếu ta chỉ dùng đời ta để theo đuổi dục lạc như loài vật thì thật đáng mắc cỡ. Làm người, ta có nhân duyên để đạt đạo lớn. Thật là vô phúc nếu ta chỉ dùng nó để nuôi sống cái thân này thôi.

Khi gãi ngứa, ta cảm thấy dễ chịu, nhưng thay vì

gãi cho thích, ta đừng ngứa thì hơn. Không ai muốn ngứa để gãi cho vui. Tương tự vậy, khi bạn có ham muốn mà đạt được thì bạn hài lòng trong chốc lát. Nhưng tốt hơn là ta không ham muốn hay vướng mắc chi hết.

NHẤT TÂM QUÁN TƯỞNG

Khi bạn chú tâm vào một đối tượng, bạn có thể gặp khó khăn vì bị chia trí, nghĩ sang những chuyện khác. Có hai nguyên nhân khiến cho tâm bạn không chú ý vào đối tượng được. Đó là sự kích thích hoặc buông thả quá đáng. Bị kích thích là một cản trở lớn khiến ta không chú tâm vào một đối tượng được. Ta bị chia trí vì nghĩ tới một đối tượng khác bên ngoài hay nghĩ tới những ý niệm trong tâm. Ta phải biết làm cho những vọng tưởng đó dừng lại. Một trong những yếu tố chính khiến ta bị chia trí là vì tâm ta bị căng thẳng. Khi tâm trí ta bị kích thích quá thì nó rất lanh lẹ, đối diện với một vấn đề, tâm ta vì quá nhậm lẹ mà ta bị khích động mạnh. Trường hợp đó, ta nên thu tâm vào trong. Để tránh bị khích động ta nên quán tưởng tới những hậu quả tiêu cực của sự bất an, quán về tính cách vô thường và thực chất của luân hồi. Quán những thứ đó thì hơi nản chí, nhưng nó giúp ta tỉnh táo và biết thu tâm về nhà (có Chánh niệm).

Mặt khác nếu ta quá nản chí và xuống tinh thần, ta sẽ trở nên kém cỏi, mất khả năng phân tích và suy xét. Ta không còn trí sáng suốt biết phân biệt. Đó là sự trì trệ, buông lung. Điều này không làm dừng sự vướng mắc của tâm đối với vật, mà nó làm cho tâm ta không còn sáng suốt. Khi không sáng suốt, thì dù vẫn chú tâm vào đối tượng, ta cũng không cảm nhận được nó rõ ràng. Trường hợp này bạn nên ráng làm cho tâm mạnh lên bằng cách quán tưởng những tính cách tích cực của tâm chánh niệm, quán về Phật tánh sẵn có trong tâm bạn và sự may mắn khi được làm một con người tự do. Nghĩ như vậy, tâm trí bạn sẽ trở nên tươi mát, sáng sủa.

Đối tượng của thiền quán có thể là bất cứ vật gì, chẳng hạn một tảng đá hay một bông hoa. Nếu bạn chọn bông hoa, trước hết, bạn hãy ngắm nó thật kỹ. Nhìn vào màu sắc và hình tướng của bông hoa để tạo một hình ảnh nó trong tâm. Dù hoa có trong tầm nhìn hay không, bạn cứ thiền quán về nó bằng hình ảnh đã có trong tâm thức. Trong muôn ngàn đối tượng để thiền quán, nếu bạn chọn hình ảnh một vị Phật thì rất ích lợi. Bạn sẽ được hưởng nhiều phần lợi lạc. Bạn nên hình dung đức Phật trước mặt mình, ngang tầm trán bạn khi đảnh lễ sấp xuống đất. Bạn quán tưởng hình Bụt rất sáng sáng và trầm tĩnh, để đỡ bị kích thích quá. Nhìn vào hình tượng sáng láng đó cũng làm cho tâm bạn không bị buông lung. Đây là cách thiền quán theo kinh điển đã dạy.

Nếu bạn đã thọ giới theo một nghi thức Mật tông và bạn quán tưởng theo phương pháp này thì bạn hình dung thân bạn như thân của một vị thần linh rồi thiền quán trên đó. Khi bạn tới trình độ Du Già Mật tông cao cấp thì không những quán thân nói chung mà bạn còn chú tâm vào từng điểm trên thân mình. Một phép khác là bạn quán tưởng vào bản chất tâm, vào sự sáng láng cùng hào quang của nó. Bạn trước tiên phải không nghĩ tưởng tới những kinh nghiệm trong quá khứ, cũng không được lan man sang chuyện tương lai. Khi bạn có thể ngừng các vọng tưởng, ý niệm, thì tâm bạn sẽ được tự do để nhận biết bản chất thanh tịnh sáng láng của tâm. Khi bạn làm được như vậy rồi, thì bạn để cho tâm an trú trong đó. Tâm sẽ quán tâm. Một tâm là chủ thể, một tâm là đối tượng. Đó là cách dùng tâm làm đối tượng quán sát.

NGƯỜI VỚI TA TUY HAI MÀ MỘT

Có một phương pháp khác để nuôi dưỡng tâm chánh niệm là đánh đổi sự an lạc của bạn lấy những khổ đau của chúng sanh. Bạn tập nhìn mình và chúng sanh đều có cùng một bản chất. Phép quán này rất mãnh liệt. Nó phát khởi được là nhờ có lý trí trợ lực, nhưng cũng có là do ánh sáng của những thực chứng trong sự hành trì hàng ngày.

Khởi đầu bạn quán tưởng về sự bình đẳng của bạn với tất cả chúng sanh. Bạn sẽ hiểu là chúng sanh giống hệt bạn, không muốn khổ đau, chỉ mong có hạnh phúc. Họ không những có ước vọng mà cũng có quyền được hạnh phúc, thoát khỏi khổ đau. Rồi giữ tâm không phân biệt, không tham sân si, bạn nuôi dưỡng Tâm ý muốn độ cho tất cả chúng sanh. Họ cũng như bạn, có khả năng tìm được hạnh phúc, vượt thoát được khổ đau. Họ không khác gì bạn trong phương diện này. Bạn sẽ dễ dàng hiểu được chuyện này khi dùng óc quan sát. Ngay cả những loài sâu bọ nhỏ xíu chúng cũng giống như bạn. Một con sâu đang bò về phía bạn và bạn để ngón tay chạm vào nó, nó sẽ quay đầu ngay và thu mình lại để tự vệ. Dù đó là con sâu cái kiến rất yếu đuối, chúng cũng ráng tránh khổ, tìm vui. Nhìn những loài vật tội nghiệp đó, tôi không thể không buồn.

Ngay cả thượng đế hay các bậc thần thánh cũng giống chúng ta trong sự tìm cầu hạnh phúc, tránh né khổ đau. Chúng ta thường cho rằng những bất hạnh là do quỷ quái gây ra. Nhưng thay vì buộc tội chúng, ta hãy quán tưởng rằng chúng cũng như ta, chỉ mong có hạnh phúc chứ không muốn bị khổ đau. Nếu bạn có thể thấy được chúng sanh đều cùng một bản thể, bạn sẽ thấy không cần nhờ các thầy làm lễ trừ tà ma nữa. Bạn sẽ không bị tốn tiền bạc và năng lực.

Một lần tôi được mời đi trừ ma quỷ đang lộng hành ở một địa điểm gần nơi tôi cư trú tại Dharamsala. Tôi phải đồng ý, làm như tôi biết phép trừ tà vậy, vì tôi không có cách nào khác. Tôi tới đó và quán từ bi, chú tâm hết sức vào sự bình đẳng: mọi chúng sanh đều có bản chất giống nhau, đều sợ khổ, mong hạnh phúc. Tôi đặc biệt nghĩ tưởng tới những gì bị gọi là ma quỷ tại nơi đó, quán rằng chúng cũng có cùng bản thể với mình. Kết quả: dân chúng cho biết tà ma đã rời đi, không còn quấy nhiễu họ nữa. Có thể đó chỉ là sự trùng hợp vô tình, hoặc tôi đã đạt được chút kết quả do quán từ bi. Trong đa số trường hợp như vậy, quán từ bi thực sự có thể giúp cho những loài chúng sanh đó. So sánh những hồn ma bóng quế ấy với các nạn nhân chúng quấy nhiễu thì chúng khổ đau hơn nhiều. Dù sao, đó cũng là dịp cho chúng ta thực tập và phát triển tâm từ bi.

Vì tất cả chúng sanh đều có bản chất như chúng ta nên ta phải ráng bảo vệ chúng. Thân thể ta có nhiều phần:

chân, tay vv...Dù chúng là những phần khác nhau nhưng vì chúng thuộc cùng một cơ thể nên ta muốn bảo vệ tất cả thân mình. Trong dòng sinh diệt có hằng hà sa số chúng sanh. Vì mọi loài đều giống như ta, muốn được hạnh phúc và xa lánh đau khổ, nên ta cố gắng giúp cho chúng sanh đỡ khổ. Bạn có thể hỏi: chân và tay tôi là những thứ khác nhau nhưng ít nhất chúng cùng là thân tôi, khi chúng bị đau, tôi cảm được, còn người khác đau, tôi đâu có cảm nhận thấy? Họ khổ đau không làm cho tôi đau, vì sao tôi lại phải bảo vệ hay giúp đỡ để họ đỡ khổ?

Tất nhiên cái khổ của người khác không trực tiếp làm cho bạn đau. Nhưng nếu nghĩ họ là những chúng sanh như bạn, thì bạn sẽ ráng giúp họ. Vô số chúng sanh đã tử tế với bạn, vậy nên sự khổ đau của họ cũng giống như của bạn vậy. Khi bạn nhìn họ là người ân cần, dễ thương, tử tế với bạn, bạn sẽ thấy mình phải ráng giúp cho họ bớt khổ, làm như bạn đang lâm vào cảnh ấy. Bạn và họ đều mong có hạnh phúc, thì sao bạn lại phân biệt mình với người? Sao bạn lại chỉ lo cho an lạc của chính bạn? Khi bạn và họ đều không thích bị đau khổ, thì sao bạn lại phân biệt mình với người, chỉ lo bảo vệ mình mà thôi?

CÁ NHÂN HAY CHÚNG SANH QUAN TRỌNG?

Bây giờ nếu bạn so sánh mình với chúng sanh coi bên nào quan trọng hơn thì bạn sẽ thấy bạn chỉ là một cá nhân trong khi chúng sanh thì vô lượng. Hơn nữa khi bạn nói về mình và chúng sanh, bạn làm như hai bên không có liên hệ gì. Thực ra hành động của họ ảnh hưởng tới bạn và bạn làm gì cũng có hậu quả trên tâm họ. Hạnh phúc và khổ đau bạn trải qua thì họ cũng đã nếm mùi. Hai bên liên hệ với nhau nhưng nếu kể về số lượng thì cái vui, khổ của chúng sanh lớn lao hơn cá nhân bạn nhiều lắm. Tất nhiên là ta phải để sang bên cạnh sự an lành của cá nhân (thiểu số) và quan tâm tới đa số chúng sanh. Người khôn ngoan phải biết hy sinh một ngón tay để cho 9 ngón kia được an toàn. Thật là điên rồ nếu ta hy sinh 9 ngón tay để cứu lấy một. Tương tự vậy, nếu có 10 người bị xử tội, thì người khôn ngoan phải biết hy sinh một người nếu cứu được 9 người kia.

Bạn có thể nói nếu những khổ đau của người khác không trực tiếp làm hại bạn thì bạn không cần phải giúp họ. Nhưng dù trong thời gian gần, nó không ảnh hưởng tới bạn thì nó cũng sẽ có hậu quả gián tiếp về sau. Thông thường nếu người khác sung sướng thì bạn có hạnh phúc. Biết lo cho mình trong niềm an lạc của chúng sanh thì đương nhiên bạn sẽ có hạnh phúc. Nếu bạn không kể gì tới an vui của kẻ khác, nếu bạn giết người, cướp của hay đoạt người phối ngẫu của họ thì bạn làm khổ họ rất nhiều. Ngay trên bình diện pháp luật, nếu bạn giết người là sẽ bị trừng phạt. Nếu bạn cứu người chết đuối thì bạn sẽ được được ca ngợi và tưởng thưởng. Đây là chuyện hiển nhiên trong đời sống hàng ngày, không phải chuyện tâm linh.

Bạn có thể nghĩ mình không cần để ý tới nỗi khổ của người khác vì họ không phải là bạn, thì bạn không thể thực nghiệm dùm họ được. Trong khi đó, vì tin ở chuyện tái sinh, bạn lại tin rằng trong các kiếp sau, có thể mình sẽ phải kinh qua nhiều đau khổ, nên bạn cố gắng để có thể tránh những cái khổ đó. Nghĩ như vậy là sai, vì như vậy bạn đã tin rằng bạn trong hiện tại và bạn trong tương lai là một. Có sự tiếp nối giữa hai kiếp, nhưng đó là hai sinh mệnh riêng biệt. Đời sống kiếp trước và kiếp sau giống như những thành tố của một giây chuỗi. Vì không có tự tánh riêng biệt nên ta và người kia chỉ là những tên gọi khác nhau để tạm phân biệt các phần tử trong tập hợp giây chuỗi đó.

Một đội quân hay một xâu chuỗi cũng vậy, tự nó không hiện hữu riêng biệt. Khi chân tay liên hợp với nhau, ta có một thứ gọi là thân thể. Khi xâu nhiều hạt vào với nhau ta có một xâu chuỗi. Nhiều binh lính tập hợp lại thành ra một đội quân. Con người đang đau khổ kia cũng chỉ là một biểu hiện, tự nó không có bản chất riêng. Nếu ta quan tâm tới nỗi khổ của ta trong kiếp tới, thì ta cũng nên để ý tới sự đau khổ của kẻ khác trong thời này. Sự thật tối hậu là không có cái gì hiện hữu với tự tánh riêng biệt, không có ai là chủ nhân đích thực của sự đau khổ. Khổ chỉ là cái khổ và ta cần giải trừ nó đi.

Bạn cũng có thể hỏi tại sao bạn cần nuôi dưỡng liên tục lòng từ bi, giúp chúng sanh bớt khổ? Vì như vậy, bạn có thể bị khổ hơn chăng? Câu trả lời là khi quan tâm tới khổ đau của người khác, bạn cũng thấy được lý do vì sao bạn muốn giúp họ. Bạn phát khởi lòng từ bi một cách tự nguyện, nên bạn sẽ không bị những khổ đau của người khác vận vào mình. Thông thường ta bị khổ vì ta không cam lòng nhận nó. Nó tràn ngập tâm ta và làm ta tuyệt vọng. Ngược lại khi bạn tự nguyện chịu khổ để tu tập thì quyết tâm của bạn khiến cho chuyện đó không còn gây phiền não nữa. Thay vì chịu thua những khó khăn, bạn lại thấy mình can đảm hơn. Bạn biết rõ lý do vì sao bạn gặp phiền não nên nó không làm cho bạn nản chí mà ngược lại, nó sẽ làm cho bạn sung sướng.

Khi nuôi dưỡng lòng từ bi bạn nên quán tới những khổ lụy của chúng sanh, nghĩ tưởng tới sự tử tế lân mẫn của họ, và những lý do khiến bạn muốn giúp họ thoát khổ. Bạn sẽ không bị nản chí, mà chỉ hơi khó chịu khi trực diện với những khổ đau của họ mà thôi. Vậy nên có sự khác biệt rất rõ ràng giữa cái khổ vì cuộc đời luân hồi của bạn với những khó khăn mà bạn tự nguyện đối đầu để mang lại lợi lạc cho chúng sanh. Khi tự nguyện như vậy mà bạn có thể giải trừ được vô số niềm đau nỗi khổ thì đó là điều thật nên làm. Người có lòng từ bi sẽ thấy mình nên bỏ công tập hứng chịu những nỗi khổ của chúng sanh vào lòng mình. Nếu bạn có thói quen luyện tâm bạn được như thế thì bạn sẽ rất sung sướng vì giúp được chúng sanh bớt khổ. Bạn sẽ thấy mình hạnh phúc như con thiên nga được bơi trong một hồ sen. Hạnh nguyện này giúp cho bạn vui lòng tái sanh ngay cả trong địa ngục để giúp cho chúng sanh bớt khổ não. Khi họ được giải thoát hết, niềm vui sẽ rộng lớn như đại dương, phải thế không?

Khi giúp cho chúng sanh hoàn thành được ý nguyện của họ ta cũng chẳng có gì đáng tự hào. Bạn không cần phải kiêu hãnh về chuyện đó. Vì mục tiêu của bạn là giúp chúng sanh đạt được sở nguyện của họ, bạn đừng mong cầu được đền bù gì hết. Khi bạn cẩn trọng để tránh những phiền não nhỏ như không nói lời thô lỗ, bạn cũng cần phát triển cái tâm muốn bảo vệ mọi loài. Đó là tâm từ bi bạn nên hướng tới. Khi bạn đã quen thuộc với sự tu tập như vậy, bạn sẽ coi người khác như chính mình.

Nếu bạn chưa làm thì nên thực hành ngay phương pháp phát triển tâm tỉnh thức bằng cách để tâm tới nhu yếu của người khác nhiều hơn mình. Nếu bạn đang tu tập như vậy thì nên cố gắng thêm. Bạn nên nhìn mình như một cái bị đầy lầm lỗi, mà người khác thì có tính thiện nhiều như nước biển. Hãy coi ngã chấp của mình là một lầm lỗi và người khác là nơi phát xuất ra nhiều tính thiện. Và bạn nên tu tập để đặt mình vào địa vị người khác. Xả bỏ ngã chấp và thiền quán để chấp nhận được chúng sanh.

LÒNG TỪ BI VÔ LƯỢNG

Từ nguyên thủy, không có cái Ta riêng biệt và độc lập. Nếu bạn vẫn quen coi cái thân mạng mình là do cha mẹ tạo ra, thì sao không nhìn người khác giống như thế? (Họ cũng do cha mẹ họ tạo thành). Vậy thời khi làm việc cho người khác và vì họ mà bạn chịu cực, là chuyện không có gì để tự mãn. Khi bạn nuôi mình, bạn không mong được đáp ứng gì cả. Vậy trong khi lo cho mình khỏi bị phiền nhiễu (dù nhỏ như nghe những lời nói không từ ái chẳng hạn), bạn nên phát triển tâm từ bi, lo giúp tất cả chúng sanh. Dù đó là những thực tập khó khăn, đừng để nó làm bạn dừng lại. Chớ nghĩ rằng bạn không thể tu như vậy vì khó khăn quá. Đừng nản chí mà thối lui. Tâm đại từ rất lợi lạc và hữu hiệu. Ngay lúc này nó có thể ở ngoài tầm với của bạn, nhưng nếu bạn tập quen rồi thì bạn có thể phát triển nó được. Tỷ dụ như có một người rất ác cảm với bạn. Mỗi khi nghe thấy tên họ là bạn sợ rồi. Nhưng thực ra khi gần gũi với người đó, bạn sẽ từ từ thành ra thân thiết. Nếu bạn muốn chăm sóc mình và người khác thì bạn nên kín đáo thực tập hoán chuyển mình với họ, (đặt mình vào con người kia). Đó là sự tu tập tối cao nhằm đạt tới Phật tánh. Quả vậy, muốn đạt tới Chân Như bạn phải biết hoán đổi con người mình thành những con người khác mình. Phép hoán chuyển này không dễ tập, nhất là những người hẹp hòi, ít thông minh thì khó mà hiểu và muốn thực tập pháp này.

Bạn có thể nghĩ nếu bỏ cái thân này, của cải này thì bạn không còn gì vui hết. Nghĩ như vậy là bạn vẫn chỉ nghĩ tới mình. "Cho cái này đi thì mình lấy gì mà dùng?". Đó là tiếng nói của ngã chấp. Buông xả là một thực tập tâm linh, tập tính thiện. Tương tự như vậy, khi bạn làm hại chúng sanh như giết hại súc vật để lấy da hay thịt, cướp của người khác, hiếp đáp, chử bới hay lừa lọc người, dù là làm hại về thân mạng hay tinh thần...bạn cũng sẽ bị đọa đày, khổ đau cùng cực trong địa ngục. Mặt khác, bạn sẽ tạo được nhiều phước báu khi giúp đỡ mọi người, cứu mạng họ hoặc chịu khổ thay họ: bạn đạt được những thiện căn. Bạn sẽ được sanh ra làm người tự do, may mắn và mai hậu sẽ đạt tới giải thoát.

Nếu bạn tự kiêu và muốn trèo lên đứng trên mọi người thì bạn sẽ có nhiều kẻ thù trong cuộc đời. Người ta sẽ nói xấu bạn và đố kỵ bạn. Trong kiếp tới bạn sẽ thành ra người khùng điên hoặc ngu ngốc. Nhưng nếu bạn khiêm tốn tìm một vị thế thấp thôi, người ta sẽ kính trọng bạn.

Nhiều khi hầu như sự tranh dành lại đưa tới thành công. Đó là cách xử thế của các chánh trị gia. Họ hứa này hứa khác khi vận động tranh cử. Sự dối trá và thiếu thận trọng đó đang làm ô nhiễm không khí chính trị toàn cầu. Nếu bạn giữ được khiêm cung và coi mọi người đều đáng kính trọng hơn mình, bạn sẽ được sung sướng trong kiếp này và an lạc ở kiếp sau.

Vì ích kỷ, bạn có thể buộc kẻ khác làm việc cho bạn. Tỷ dụ như người ta dùng ngựa và vài loài khác để chở đồ cho họ mà chẳng quan tâm tới chúng. Họ nghĩ tới chúng như những phương tiện để họ xử dụng mà thôi. Lưng những con vật đó thường bị đau đớn. Kết quả của sự hành hạ thú vật là họ sẽ bị tái sanh làm kiếp trâu ngựa. Khi bạn hiến trọn thân, khẩu và ý bạn cho chúng sanh, thì tương lai bạn sẽ được sanh ra trong gia đình giàu sang và được mọi người thương mến.

Tóm lại, tất cả những an lạc trên thế gian này đều là hậu quả của ý hướng muốn làm lợi cho chúng sanh hay đang làm việc giúp ích chúng sanh. Tất cả những phiền não, bất an mà chúng ta gặp phải, đó là kết quả của những mong cầu hạnh phúc cho riêng mình. Đó là kết quả của lòng vị kỷ. Trong cuộc đời luân hồi này, tất cả những tính thiện ta được hưởng, trên con đường tiến tới Phật tánh, đều là kết quả của tâm từ bi, quan tâm tới sự an vui của kẻ khác. Không cần phải nói gì thêm. Cứ coi sự khác biệt giữa những con người kém cỏi như chúng ta so với đức Thích Ca Mâu Ni. Trong bao đời, ta chỉ quan tâm tới chính ta và những gì ta ưa thích mà thôi. Hãy coi những vết tích của ta. Chư Bụt trái lại, đã trải qua bao đời quên mình, chỉ hết lòng mang an vui tới cho chúng sanh. Thật là khác hẳn chúng ta.

Bình thường chúng ta bận rộn với những khổ-vui của chính mình nên quên hẳn chúng sanh. Nay chúng ta có thể thay đổi, chỉ quan tâm tới sự an nguy của chúng sanh mà hãy quên mình đi. Nếu ta không đổi an lạc của mình lấy cái khổ của chúng sanh, thì không những ta không thành Phật được mà ngay đời này ta cũng không có hạnh phúc. Mang những ý niệm sai lầm về Ngã, chúng ta đau khổ, sợ hãi và độc ác. Như vậy để làm gì? Nếu ta không xả được những ngã chấp và vọng tưởng về tự tánh độc lập của Ngã, ta không thể thoát khổ. Nếu không bỏ lửa đi thì ta sẽ bị phỏng thôi.

Vậy nên muốn tránh bị hại và giúp chúng sanh hết khổ đau, bạn nên hiến mình cho chúng sanh, coi họ cũng đáng cưng chiều như chính mình. Bạn nên nghĩ mình là một phần tử trong chúng sanh. Bạn phải làm sao cho tâm thức bạn chấp nhận điều mới mẻ này. Vì bạn hiến mình cho họ, bổn phận duy nhất của bạn là phải giúp cho họ đạt ước nguyện. Bạn không thể dùng mắt, thân mạng hay lời nói của mình để lo cho riêng mình nữa. Bạn phải coi chúng sanh quan trọng hơn chính bạn. Bạn phải lấy những thứ gì tốt của bạn đem ra tặng cho chúng sanh.

Bình thường người kém bạn hay ganh tỵ, kẻ bằng bạn thì tranh đua, ai khá hơn thì lại lấn lướt bạn. Bạn cũng như vậy, thường lấn người kém mình, tranh cãi với người ngang vai vế và ghen ghét kẻ hơn mình. Bạn hãy hình dung ra ba loại người kém mình, bằng hoặc hơn mình đó. Sau khi phát triển chút ít tâm tỉnh thức, bạn tưởng tượng chính bạn đang ở vào địa vị của ba loại người kể trên. Hãy hình dung và cảm nhận sự ganh ty, tranh đua và ghen ghét của ba biểu hiện đó đối với chính con người cũ của mình. Bạn sẽ thấy mình dễ đứng vào chỗ của người khác, sau khi bạn đã kinh nghiệm và hiểu được những cảm thọ tiêu cực nói trên.

Chính bạn vì quá vị kỷ, nhiều khi cũng đã lấn lướt người kém mình, ganh đua với người bằng sức và ghen ty với người hơn mình. Đứng về phía chúng sanh thấp kém hơn bạn để cảm nhận được sự ghen ghét, hoặc đứng về phía chúng sanh ngang sức với bạn để thấy được tính ganh đua, hay phía những người hơn mình để hiểu được tính dành lấn...coi chính bạn như một con người khác chỉ biết chấp ngã...bạn có thể quán chiếu về những tính cách tiêu cực ấy. Sau đó, bạn tha hồ mà quán về lòng ganh ty, tính cạnh tranh và kiêu hãnh.

Trước hết về tính ganh ty, bạn đặt mình vào chỗ những người thấp kém bạn. Bạn sẽ thấy sao cái Ngã của "Hắn" (tức là bạn khi trước) lại được kính nể mà "Ta" (tức người kia) lại không? Hắn có nhiều của cải, hay được khen ngợi, mà ta thì vô danh tiểu tốt, lại bị chế nhạo. Con người "Hắn" luôn luôn được sung sướng trong khi ta chỉ thấy vất vả quần quật và đầy khổ não, khó khăn? "Hắn" nổi danh khắp nơi trong khi "Ta" bị coi là thấp hèn, chẳng có gì giá trị!

Những vấn đề của chúng sanh không phải do bẩm sinh hay tự nhiên mà có. Chúng hiện khởi ra là do ảnh hưởng của những cảm thọ phiền não. Không phải vì bản chất chúng sanh xấu xa. Nếu ta có đức tính nào thì nên dùng nó để giúp đỡ chúng sanh. Ta cũng ráng để chịu đựng được khó khăn mình gặp phải. Vì sự bất cẩn đối với cái ta vị kỷ mà chúng sanh bị ném vào vòng sinh tử luân hồi. Ngã chấp khiến chúng sanh không những thiếu lòng từ bi mà còn chỉ biết huênh hoang tự đắc về chính mình. Vì vậy mà bạn tạo ra sự cạnh tranh.

Về tính ganh đua và lấn áp người khác, bạn cũng lại quán tưởng bằng cách tập trung tâm ý vào nó, đặt mình vào vị thế người kia, cạnh tranh hay lấn lướt đối tượng (tức là bạn khi chưa thực tập), như trường hợp quán về tính ganh tỵ vậy.

Trong vô số niên kỷ, thái độ chấp ngã đã chỉ mang lại khó khăn cho cuộc đời ta trong vòng luân hồi. Mỗi chúng ta đều mong đạt được những ước vọng, nhưng không biết cách làm. Trải qua bao năm tháng khổ cực, chúng sanh vẫn không hiểu gì ngoài chuyện làm cho mình đau khổ. Từ trước tới nay bạn chỉ biết chiều chuộng cái ngã. Dù bạn cố gắng hết sức để cải thiện cái Tôi hiện hữu, bạn vẫn không có được hạnh phúc. Tiếp tục cưng chiều con người mình sẽ không thay đổi tình trạng này. Vậy, bạn nên thay đổi, bắt đầu giúp cho chúng sanh được an vui và thoát được khổ đau.

Bạn phải huấn luyện tâm thức mình, chỉ quan tâm tới phúc lợi của kẻ khác. Làm như vậy là biết theo giáo pháp của Bụt, là vị thầy đức độ và đáng tin cậy. Dần dà, những lợi lạc của tính vị tha sẽ hiển lộ ra. Nếu bạn thực tập từ lâu đời, biết đổi sự an vui của mình lấy đau khổ của kẻ khác thì ngày nay bạn đã đạt được nhiều tính thiện của Bụt rồi.

Bạn đã có thói quen nghĩ cái "Tôi" là kết quả của tự phối hợp giữa cái trứng của mẹ và tinh trùng của cha mình, thì nay hãy cố gắng tập thói quen thân thương với những chúng sanh khác. Khi bạn hiểu thấu được những sai lầm của chấp ngã, bạn sẽ ráng xả bỏ quan niệm đó đi và tự nguyện góp phần vào hạnh phúc chung của mọi loài. Quyết tâm tu tập giúp chúng sanh, bạn sẽ đem của cải và đồ đạc mình có được hay ăn cắp được ra dùng để tạo phúc lợi cho mọi người.

Tới đây, bạn hãy quán về con người cũ của mình thêm lần nữa. Hồi đó, bạn nghĩ là người khác sung sướng trong khi bạn khổ sở, họ chỉ biết chăm sóc cái thân họ, không quan tâm gì tới ai khác. Làm sao mà bạn không ghen tức với cái con người đó được? Từ nay nếu bạn muốn không nghĩ tới hạnh phúc cá nhân nữa mà chỉ khứng chịu dùm người khác những khổ đau của họ, thì dù đêm hay ngày, đứng hay đi, thức hay ngủ, bạn cũng phải có ý thức về các suy tưởng của mình.

Dùng chánh niệm để biết được những lầm lẫn u mê của mình. Khi thấy kẻ khác hành xử bất thiện, hãy chấp nhận như lỗi của chính bạn. Dù phạm vào một lỗi nhẹ, bạn cũng nên công khai nhận trách nhiệm. Bạn khen ngợi người khác để nó che lấp cái hay của mình. Hãy tự coi mình là người phục vụ tha nhân. Đừng điều khiển gia đình để đạt vài cái danh lợi phù du. Từ trước tới nay, vì chỉ lo cho mình, bạn luôn luôn làm hại chúng sanh. Nay hãy cầu nguyện để những bất lợi đó chỉ giáng lên bạn, để người khác được an vui ít nhiều. Đừng để tâm bạn bị xao động và dung tục, thiếu thanh tịnh. Làm sao để bạn được an lạc, bình thản. Bạn nên nghĩ tới cách hành xử này. Cái chấp ngã của bạn có thể không muốn nghe lời, nhưng nếu bạn bắt buộc nó thay đổi ngay, thì nó cũng phải chịu thôi. Nên nhớ từ thuở nào đó, ngã chấp đã chỉ mang lại cho bạn khổ đau mà thôi. Nay ráng kiểm soát và hủy nó đi. Khi bạn si mê và bối rối, không biết phát triển những căn duyên của hạnh phúc, không biết diệt trừ gốc rễ của đau khổ, đó là vì chấp ngã đã nắm đầu và hủy diệt bạn.

Những ngày đó nay đã lùi vào dĩ vãng. Ngày nay bạn thấy rõ sự vị kỷ mang tới tệ hại và khó khăn biết bao nhiêu. Khi thấy mình vẫn nghiêng về chuyện theo đuổi phúc lợi cho riêng mình, bạn ráng đẩy bỏ ý hướng đó qua một bên. Nay bạn phải gán những cái lợi của mình cho người khác, bạn phải can đảm. Hãy giúp họ bằng cách tặng họ khả năng, thì giờ và công sức của bạn. Nếu không cẩn trọng, bạn giúp người mà lại tính tới cái lợi riêng thì bạn có thể bị làm hại hoặc tiêu diệt. Nếu bạn để cái ý vị kỷ đó nắm quyền thì nó sẽ thảy bạn vô địa ngục. Biết thế, bạn phải ngừng, không chỉ nghĩ tới chuyện làm lợi cho mình nữa. Muốn tự bảo vệ, bạn hãy quán về sự an vui của tất cả chúng sanh. Hãy bảo vệ và chăm sóc họ. Bạn càng biết bảo vệ và chăm sóc cái thân thì nó càng không có hy vọng. Nó sẽ không chấp nhận và sống được khi gặp những vấn đề nhỏ xíu. Bạn trở nên bất lực. Rơi vào tình trạng đó, bạn càng nhiều vướng mắc. Dù cho bạn làm chủ tất cả châu báu thế gian, bạn cũng vẫn không hài lòng!

Cuối cùng thì cái thân mạng mà bạn chăm sóc và

nghĩ tới hoài này sẽ chết. Nó sẽ bị hủy hoại. Tâm sẽ rời cái thân khi nó chỉ còn là một xác chết. Thân bạn bất động và ngay khi tâm thức đã thoát ra khỏi nó thì cái thân bắt đầu tan rã, hư thối. Thân thể chỉ là suối nguồn của sợ hãi, sao bạn lại cưng chiều nó đến thế? Nhìn vào nó một cách vô tư, cái thân người cũng giống như khúc cây vậy. Dù bạn nuôi nó bằng thực phẩm nó không hề biết ơn bạn. Khi bị kên kên xâu xé, nó cũng không khó chịu. Nó không nhận ra được điều lợi hại đã xảy ra cho nó, thì tại sao bạn lại bị vướng mắc vào cái thân đến vậy? Thân bạn cũng không biết lúc nào nó được khen, khi nào bị chê trách, sao bạn lại quan trọng hóa những chuyện này?

Nếu bạn bị vướng mắc với cái thân của mình giống như bạn thương một người bạn lâu năm- như tất cả chúng sanh cảm nhận đối với cái thân họ - thì bạn nên thương thân của tất cả mọi loài. Không nên chỉ thương thân mình mà thôi. Mặc dù cái thân có nhiều khuyết điểm, cấu tạo bởi nhiều chất rất dơ dáy, bạn vẫn có thể dùng nó như một dụng cụ để đạt tới ước nguyện phục vụ. Cho tới nay, bạn hành xử thật tầm phào, như đứa bé vậy. Bây giờ bạn phải thay đổi để theo chân các hiền nhân. Theo chân Bụt và chư Bồ Tát, bạn phải chấp hành những việc cần làm. Nếu không, bạn làm sao diệt được Khổ?

CHƯƠNG 8

TRÍ TUỆ

Tất cả các pháp hành trì đã nói tới trong các chương trước đây như Bố Thí, Tinh tấn, Nhẫn Nhục vv...là giáo pháp Bụt Thích Ca đã dạy chúng ta để đạt được trí tuệ. Trí tuệ hay hiểu biết có nhiều ý nghĩa, nhưng nơi đây, chúng ta bàn tới trí tuệ về tánh Không, sự hiểu biết về thực tại. Thầy Long Thọ (Narajuna) của xứ Ấn Độ đã dạy:

"Tôi xin xưng tán Bụt đã dạy cho những giáo pháp tuyệt vời: Duyên Khởi, Không cũng như Trung Đạo nhân duyên, tất cả đều cùng một ý nghĩa."

Bụt là người có rất nhiều tướng tốt, đức tính và ngôn từ của ngài đều tuyệt diệu. Nhưng trong câu trên đây thầy Long Thọ muốn ca tụng trí tuệ của ngài. Thầy muốn nói rõ là khi có trí tuệ, ta sẽ hiểu tánh Không, thuyết Duyên

Khởi và Trung Đạo, tất cả đều có nghĩa tương đồng. Có nhiều lý do quan trọng về chuyện này. Giáo lý duyên khởi có nhiều hàm ý rộng rãi. Đại cương là mỗi vật hiện hữu đều tùy thuộc vào nhiều nguyên nhân và điều kiện khác nhau. Tỷ dụ như niềm vui, nỗi khổ của chúng ta phát khởi lên, tùy thuộc vào những nhân duyên đặc biệt nào đó. Vì muốn được an lạc, chúng ta phải tìm hiểu những nhân duyên của hạnh phúc và đem ra thực tập. Không muốn đau khổ thì ta tìm hiểu nguyên nhân gây ra khổ và loại trừ chúng đi. Đó là ý nghĩa của giáo lý Tứ Diệu Đế.

Tứ Diệu Đế là bài giảng chuyển pháp luân đầu tiên của Bụt: Có khổ và nguyên nhân gây ra khổ; có thể dứt khổ và có con đường để diệt khổ. Điều chúng ta thực sự cần là hạnh phúc. Khi còn trong vòng luân hồi, ta có thể có hạnh phúc nhưng nó không bền vững. Ta thực sự mong có được sự an lạc vĩnh cửu. Xa lìa vĩnh viễn khổ đau chính là hạnh phúc bền vững. Đó là mục tiêu ta muốn đạt tới, và Đạo là con đường giúp ta hoàn thành ý nguyện này.

HIỂU BIẾT VỀ VÔ NGÃ

Mọi sự đều do duyên khởi mà hiện hữu, kinh điển đạo Bụt không bao giờ nói tới cái ngã độc lập. Không có hạnh phúc hay đau khổ nào mà không liên hệ tới nhiều nhân duyên. Kinh điển cũng không khẳng định có một đấng sáng tạo ra vũ trụ. Quả quyết về một đấng sáng tạo hay về một cái ngã riêng biệt là trái với lý duyên khởi - mọi sự đều do nhân duyên mà thành. Khi ta công nhận mọi sự vật đều do duyên khởi, thì ta không thể chấp nhận một cái ngã bất biến, hoàn toàn và độc lập được. Như vậy, nếu ta chấp nhận có một đấng sáng tạo ra toàn thể vũ trụ thì thật phi lý.

Một hiện tượng không có tự tánh vì nó hiện hữu tùy thuộc nhiều nhân duyên. Nó cũng tùy thuộc các thành tố của nó và tùy vào khái niệm và cái tên mà ta đặt cho nó. Tuy nhiên, vật thể tuy không có tự tánh nhưng không phải là nó không hiện hữu. Nó hiện hữu vì có nhiều nhân duyên tập họp, tùy vào những nhân duyên đó mà nó biểu hiện ra nên chúng không có tự tánh độc lập. Điều này chứng minh KHÔNG cũng có nghĩa là Duyên Khởi. Hiểu như vậy, ta không bị rơi vào cực đoan của chủ thuyết Hư Vô (Không có gì hết). Khi nói rằng mọi vật do duyên khởi mà thành, ta hiểu chúng không có tự tánh độc lập, và ta không bị vướng vào quan niệm thường hằng bất biến. Vậy nên Không, Duyên Khởi và Trung Đạo có cùng một ý nghĩa.

Vì mọi hiện tượng đều trống rỗng, không có tự tánh, những cảm thọ bất an trong tâm ta cũng không có tự tánh, không phải do bẩm sinh mà có. Nó không hiện diện ngay từ đầu. Nó phát khởi lên vì những ý nghĩ tiêu cực nên kết cục nó cũng có thể bị loại trừ đi. Nguyên thủy, tâm ta sáng láng và tỉnh thức. Đó là những tính chất nguyên thủy của tâm. Sân si và tham đắm chỉ khởi lên lúc nào hội đủ vài điều kiện nên chúng cũng có thể bị loại trừ. Trong bản chất, tâm ta có khả năng xả bỏ vọng tâm và nuôi dưỡng Chân tâm hay Phật tâm.

Trong số các đệ tử của Bụt, có nhiều loại người, nhiều ý hướng khác nhau. Bụt hiểu như vậy nên ngài giảng dạy Phật pháp theo nhiều trình độ khác nhau. Do đó chúng ta có thể thấy hầu như có chút khác biệt giữa các kinh điển. Vì thế, lời dạy của Bụt có thể được xếp thành loại kinh "đủ nghĩa" (liễu nghĩa) hay loại "kinh cần diễn" (kinh bất liễu nghĩa) nghĩa". Trong các bài giảng "đủ nghĩa", chúng ta có thể chấp nhận nguyên văn lời Bụt dạy; nó khác với những bài giảng mà ta cần tìm hiểu ý Bụt về sự hiện hữu của mọi vật.

Chẳng hạn như trong cuốn kinh "Kho tàng của trí huệ" (Treasure of Knowledge), kích thước của mặt trời và mặt trăng được tả là bằng một nửa chiều cao núi Meru, ngọn núi được coi như trục trái đất thời đó. Theo đo lường thời xưa, nó vào khoảng 400 dặm. Kinh điển nói tới mặt trời và mặt trăng mà ngày nay khoa học đã đo được rõ ràng. Trong kinh đó, quan niệm về đo lường khác với khoa học thực nghiệm, và ta cũng phải công nhận sự đo lường trong kinh sai với kiến thức khoa học thời hiện đại. Dù kinh là do Bụt dạy, mà ngài là vị thầy rất khả kính, trường hợp này ta không thể công nhận "nguyên văn" lời kinh như vậy. Ta phải diễn giải ý nghĩa kinh theo mục tiêu và ý nghĩa mà Bụt muốn giảng dạy lúc đó.

Cũng trong kinh đó, cái tâm của ta khi chết được coi như có tính thiện, và có tính bất thiện. Nhưng trong sách "Trí Huệ trích yếu" (Compendium of Knowledge) lại nói tâm lúc chết trung tính, không tốt không xấu. Cuốn "Du Già Mật Tông Cao Cấp" thì lại dạy rằng chúng ta có thể thực tập các tính thiện ngay khi sắp chết. Những lý giải này không giống nhau, ta khó mà dùng lý trí để làm cho các kinh sách đó hòa hợp với nhau được. Khi thấy sự khác nhau nho nhỏ như vậy, ta nên nhớ là các bài giảng trong sách Mật tông rất chú trọng vào các biểu hiện của tâm, gồm nhiều trình độ từ thô tới vi tế. Sách cũng giải thích cho ta biết cách để quán vào nhiều từng lớp của tâm. Nhiều quá trình thực tập Yoga có thể được chứng minh bằng lý luận hay bằng sự chứng nghiệm của chính mình. Vậy nên khi dùng những kinh sách Mật Tông làm căn bản, ta phải hiểu rằng những dữ kiện trong kinh điển của hệ phái khác cần phải được giải thích chứ không thể chấp nhận nguyên văn.

Ngày nay, trong khoa học có nhiều ngành như thiên văn, thần kinh, tâm lý, vật lý hạt nhân, là những ngành học do kết quả của nhiều công trình nghiên cứu thực nghiệm. Những ngành này có nhiều khám phá rất gần với giáo pháp của Bụt. Tôi nghĩ rằng, do đó, các nhà trí thức Phật Tử và các triết gia cần làm quen nhiều với những ngành khoa học này. Trong khi đó cũng có nhiều điều khoa học không chấp nhận. Có hai lý do: có thể vì những thứ đó không hiện hữu - hoặc sự hiện hữu của những thứ đó chưa được chứng minh.

CHUYỂN MÊ SANG NGỘ

Chúng ta không thể chấp nhận kinh điển chỉ vì đó là lời Bụt dạy mà ta phải phân tích để tìm hiểu ý nghĩa và mục tiêu của bài giảng, rồi đem diễn giải ra. Ta cần nghiên cứu kỹ lưỡng những gì được nhấn mạnh nhiều trong Phật pháp.

Có nhiều phương pháp nghiên cứu. Vì ta dùng tâm để nghiên cứu nên ta phải có một trí óc sáng suốt, không lầm lẫn về đối tượng nghiên cứu. Làm được như vậy mới đáng tin tưởng. Ta không thể căn cứ vào những kết quả nghiên cứu do một bộ óc lầm lẫn và đáng nghi ngờ đưa ra. Không giống như các cuộc nghiên cứu những đối tượng như ngoài đời, khi ta tìm hiểu tâm thức thì mục tiêu số một là ta phải đi tới sự chuyển hóa tốt đẹp. Ta phải tìm ra cách chuyển hóa cái tâm vọng động, vô kỷ luật thành ra tâm thanh tịnh, an bình. Đó là lý do trong đạo Bụt có rất nhiều bài bình giảng về tánh chất của tâm, về các tâm hành. Cũng có rất nhiều những bài giảng chi tiết về các trạng thái của tâm thức khi nó chuyển đổi từ tình trạng mê vọng tới trình độ tâm sáng suốt, tỉnh thức.

Tiến trình chuyển hóa từ mê sang ngộ, nhìn sâu hơn vào tự tánh các pháp, diễn ra rất từ từ. Khởi đầu, chúng ta có thể quan niệm hoàn toàn sai lạc về thực tại. Sau khi quán chiếu, dần dà ta hiểu được những duyên do khiến cho ta phải thay đổi, từ hoàn toàn mê lầm thành ra lúc nghi, lúc lầm. Ta bắt đầu nghĩ là sự vật có thể thế này, cũng có thể thế kia. Quán chiếu sâu hơn nữa, ta tiến tới chỗ nhận biết những mê lầm của mình khi trước. Tuy nhiên phải lâu hơn nữa trí ta mới từ từ có thể rút ra được kết luận xác đáng.

Thiền quán về những gì ta đã hiểu, ta sẽ làm quen với những điều đó. Vì ta đã thông suốt được các đối tượng thiền quán, trí ta sẽ trực tiếp được với các pháp và tâm thức ta trở thành trí tuệ. Đó là phương pháp luyện tâm.

Khi tâm trí ta quán chiếu như vậy, trước hết ta cần biết rằng mọi sự vật đều có một cách hiện hữu tự nhiên và bẩm sinh. Khi tâm ta bắt đầu quán chiếu, nó đi tìm bản chất của thực tại. Thực tại hay Chân Như không phải là thứ tâm ta mới chế tác ra. Đi tìm ý nghĩa thực tại tức là tìm chân lý, tìm bản chất sự hiện hữu của các pháp. Muốn hiểu được đối tượng bên trong hay bên ngoài, ta đều phải hiểu cách nó sinh tồn và hoạt động - tức là cái lô-gíc của chân như. Chúng ta quán chiếu vào chân như các pháp. Chẳng hạn đối với tâm, trước hết ta phải nhận biết những vận hành tự nhiên của nó. Ta cần phân biệt được cái tâm trong sáng và những biểu hiện của vọng tâm khi có tham đắm khởi lên.

Ta có thể quán chiếu một cách khác, như quan sát các kinh nghiệm hàng ngày. Buổi sớm nếu ta cảm thấy buồn phiền, thì cái buồn đó có thể ảnh hưởng lên các cảm thọ khác suốt ngày hôm đó, dù cho nó không phải là cái duyên trực tiếp: vì buồn buổi sáng nên ta khó chịu buổi chiều. Trong thế giới vật chất, khi có hai chất hợp nhau tạo ra chất thứ ba, chất sau này có thể không giống những tính cách đặc biệt của hai chất đầu chút nào hết. Ta có thể quan sát chuyện này dễ dàng trong ngành hóa học. Nếu buổi sáng sớm ta cảm thấy rất buồn hay rất vui, thì trong suốt ngày ta sẽ thấy dễ buồn hơn hay dễ vui hơn ngày khác (tùy theo cảm xúc đầu ngày). Vì khi đã buồn rồi thì tâm dễ bị động hơn. Khi đã vui rồi thì dù có người nào làm lỗi, bạn cũng coi nhẹ và bỏ qua dễ dàng.

Bạn thấy rõ ràng những xúc động trong tâm ta tùy thuộc vào nhiều nhân duyên mà thay đổi. Hạnh phúc giúp ta coi những phiền trược nhẹ nhàng hơn, trong khi khổ đau khiến chúng ta trở nên hẹp hòi, dễ nổi giận hơn.

Sự thật là vạn pháp đều do tâm khởi. Như thế không có nghĩa là mọi sự vật do tâm khởi đều hiện hữu. Chẳng hạn do tâm, ta có thể tưởng tượng ra sừng con thỏ, mà trong thực tế thì thỏ không có sừng. Nếu mọi thứ trong tâm đều hiện hữu thì phải có sừng thỏ thiệt. Ta cần biết coi các pháp hiện hữu cách nào? Vì vạn pháp không thể thay đổi luật biến hóa tùy theo tâm của ta, nên ta phải theo tiến trình của chúng và chuyển hóa tâm ta cho khỏi kình chống với các biến hóa đó. Như vậy, ta có thể sống hạnh phúc hơn và giảm bớt được đau khổ.

Vì cái giận gây ra phiền não nên ta biết nếu không giận thì tốt hơn. Vì lòng từ bi tạo ra hạnh phúc nên ta thấy cần phát triển tâm thiện này. Sân hận và từ bi là hai thái cực trái ngược nhau, không thể cùng hiện hữu. Vì đó là hai trạng thái tâm đối nghịch nhau, nếu ta cố gắng phát triển và nuôi dưỡng tâm từ bi thì tâm sân hận sẽ yếu đi. Đó là phương pháp chúng ta theo để tu tập tâm linh. Chúng ta cố gắng nuôi dưỡng lòng từ bi vì nó mang hạnh phúc tới và xả bỏ sân hận vì nó mang lại đau khổ. Quán chiếu như thế rất quan trọng.

Chúng ta đi tìm chân lý và chúng ta có thể đạt được niềm tin vào chân lý qua sự phân tích và tìm hiểu. Nhà phê bình trứ danh người Ấn chia Phật tử làm hai loại: những người rất thông minh chỉ học Phật pháp sau khi thấy nó có nghĩa lý và những người kém thông minh theo học vì có tín tâm. Loại trên tìm hiểu ý nghĩa những lời giảng. Họ dùng lý trí để tìm coi giáo pháp có gì chứa những điều thiếu hợp lý chăng. Khi họ đã hài lòng, thấy các bài pháp không vô lý và không bất nhất mà nó có nền tảng vững chắc, thì họ sẽ tin tưởng và có hứng khởi theo học dù cho họ chưa hiểu thấu ý nghĩa kinh điển cho lắm. Trong giáo pháp này, thường người ta dùng lý luận để loại bỏ những tâm thức sai lầm. Ai nghi ngờ một chủ đề nào đặc biệt cũng đều có cơ duyên dùng lý trí tìm hiểu. Vậy nên tôi thường khuyên những người muốn trở thành Phật tử là trước tiên nên có thái độ bi quan.

Trong đời sống, chúng ta có vô số hoạt động và nhận rất nhiều dữ kiện qua ngũ quan. Chúng ta có khuynh hướng coi những sinh hoạt và hiện tượng ta gặp đó như những sự thật tuyệt đối. Nói khác đi, ta chúng ta lầm tưởng, cho là mọi sự hiện hữu giống như hình tướng ta nhận thấy. Sự trái chống nhau giữa các pháp hiện bày và bản chất thực của chúng là nguồn gốc gây ra nhiều vấn đề cho ta. Cuối cùng, khảo sát sự khác biệt đó và tìm hiểu về thực tại, về chân như, là đầu mối của các triết thuyết trong Phật giáo. Sự hiện hữu chân thật của các pháp có thể hiểu được qua những phân tích, quán chiếu và thực tập.

BỐN PHÁP ẤN

Tất cả các tông phái Phật giáo đều công nhận 4 dấu ấn của Phật pháp: vạn pháp đều vô thường, những gì bất tịnh đều khổ, mọi hiện tượng đều không có tự tánh (vô ngã), và Niết Bàn là sự tịch tĩnh. Tất cả các hiện tượng ngay từ khi mới sinh khởi, đều có bản chất thay đổi vô thường không lúc nào yên. Đó là do nhân quả, không vì lý do nào khác. Mọi sự do duyên khởi đều vô thường, thay đổi, không tồn tại vĩnh viễn mà liên tục tàn hoại. Tính cách vô thường này đã được các chứng nghiệm khoa học xác nhận.

Những hiện tượng tập hợp và vô thường, nói chung,

đều do nhân duyên tạo ra. Chúng ta đặc biệt quan tâm tới bản chất của thân và tâm, những phần tử tạo nên con người chúng ta. Đó là những nghiệp quả của các cảm thọ bất an và hành nghiệp ô nhiễm, bất tịnh. Vậy nên người ta nói thân tâm là những thứ lậu hoặc (bất tịnh). Những cảm thọ phiền não bị chỉ huy bởi vô minh và cái thấy sai lầm về tự tánh. Đối tượng của si mê và bất an là khổ, khi thoát được những bất an đó thì được hòa bình. Vì vậy nên có câu: những gì bất tịnh đều khổ.

Câu hỏi là chúng ta có bị khổ não vô tận hay chăng? Pháp ấn thứ ba nói rõ là không có cái khổ vĩnh cửu vì vạn pháp đều trống rỗng, không có tự tánh. Đó là thực tánh của vạn pháp, tuy bề ngoài chúng hiện ra như những thứ có tự tánh vậy. Khái niệm vạn pháp có tự tánh là một khái niệm sai lầm, nó không có nền tảng. Chúng ta có thiên kiến sai lầm này vì lâu nay có thói quen suy tưởng như thế. Nếu nay chúng ta cố gắng để hiểu ý nghĩa của tánh "Không" và bản chất của vô ngã, ta có thể phá được tà kiến và có cái thấy chân thật về bản chất của các pháp. Nguyên nhân của những tà kiến đó - những cảm thọ bất an - là thứ có thể bị loại trừ. Ta cũng có thể bỏ được mê lầm và tri kiến sai lạc về tự tánh các pháp. Khi chúng ta loại trừ được những cái nguyên nhân lậu hoặc này, ta sẽ đạt được sự an vui. Vậy nên Niết bàn là hòa bình thật sự, thứ hòa bình không lừa lọc, giả dối.

Nền tảng của tất cả các giáo pháp và các phép tu Phật giáo là nguyên lý Duyên khởi. Tại sao? Trước hết, sự tu tập có được cũng nhờ nhiều nhân duyên. Tu tập để thấy được thực tại, hiểu được sự hiện hữu trống rỗng của các pháp. Mọi sự đều nương vào nhau mà có mặt, không có cái gì có tự tánh hay hiện hữu hoàn toàn độc lập. Hiểu thuyết duyên khởi rồi, ta sẽ có cái thấy mới mẻ về Không để có thể phát triển và quảng bá triết thuyết này.

Thứ hai, biết mọi sự đều tùy thuộc vào các pháp khác, ta sẽ hiểu được rằng niềm vui nỗi khổ của ta đều là kết quả của các hành động do chính mình làm. Tương tự như thế, đa số các hành nghiệp của ta cũng có ảnh hưởng tốt hay xấu vào người khác. Nếu ta không để tâm tới họ, ta sẽ thua thiệt. Ngược lại, thì ta cũng được lợi lạc. Đó là những lời giảng căn cứ vào thuyết Duyên khởi. Các lối sống Phật giáo cũng dựa vào thuyết này. Người Phật tử hành xử bất bạo động, không làm hại ai. Quan niệm vô ngã và các phép tu tập đều có nền tảng của thuyết Duyên khởi.

"Không" là một cách diễn giải khác của lý Duyên khởi. Theo lý luận của thuyết này, bạn có thể hiểu được rằng các pháp đều không có hoặc thiếu tự tánh độc lập. Do bối cảnh các hiện tượng đều nương vào nhau mà có mặt nên mới có liên hệ tất yếu giữa nhân với quả. Và do đó, chúng ta mới tham gia vào việc hành trì các tính thiện như từ bi, thương yêu, bố thí, nhẫn nhục, trì giới và tinh tấn, thiền định.

Những tâm sở như tham, sân là do khái niệm sai lầm về sự hiện hữu riêng biệt của sự vật. Khi ta nuôi dưỡng cái tâm chỉ chú ý vào vô ngã, nó sẽ đối đầu được với vọng tưởng sai lầm về thực tại, do đó tham đắm và sân hận sẽ tự động yếu đi. Những tâm thiện như từ bi, thương yêu có thể phát triển, không cần sự yểm trợ của vô minh và cái thấy sai lạc về thực tại. Khi ta thực tập về Không phối hợp với các phương tiện thiện xảo của tâm tỉnh thức, thì hai thứ này phối hợp với nhau và làm cho khả năng tâm thức ta được gia tăng. Dần dà, tâm hiểu biết về tánh Không của một đối tượng sẽ thoát được tính phân biệt và các khái niệm để trực tiếp thấy được tính Không. Khi ta đã quen tu tập theo lối này, ta sẽ ngừng được các mê vọng, lầm lỗi để vào cõi thanh tịnh. Trạng thái tĩnh lặng đó chấm dứt được hết các vọng tưởng, đạt tới chân tướng Phật Tánh.

Để vượt thoát được tâm bất an, ta cần phát triển cái thấy về Không. Khi nào bạn còn tưởng thân tâm của mình là những thứ có tự tánh, bạn còn có khái niệm sai lầm về Ngã. Chấp ngã một cách sai lạc khiến bạn tích lũy thêm nghiệp xấu, và những nghiệp dĩ này đưa tới kiếp sau. Muốn đạt tới Niết Bàn, thoát khỏi luân hồi, bạn cần trau dồi chánh kiến về Không. Những người tu cho chính mình cũng cần phải đạt tới cái thấy về Không. Muốn như vậy, bạn phải nuôi dưỡng tâm mình sao cho nó luôn được an tịnh. Trong nhiều loại Trí, bạn nên đặc biệt chăm sóc cái trí đối trị được với những cản trở của tánh giác. Thực tập Ngũ Giới là những ảnh hưởng đầu tiên lên Trí đó. Những phương pháp tu luyện đều được dạy để tiến tới vị quả Bụt. Tất cả giáo pháp của Bụt đều căn cứ vào thuyết Duyên khởi, và mục tiêu của nó là thoát khổ.

Chỉ thấy tánh Không chưa đủ, bạn cần phải tập thật sự làm quen với nó. Bạn nghĩ về ý nghĩa của Không và quán chiếu sự vật trong cái thấy đó. Chẳng hạn quan sát một đám đông, chắc chắn ai cũng mong có hạnh phúc, tránh được khổ đau. Nhưng gương mặt họ diễn ra vô số những diện mạo khác nhau tùy nhân duyên của mỗi người. Không có sự vật nào có tự tánh, dù mọi thứ đều hiện ra như là chúng có tự tánh vậy. Vì thế, giữa thực chất và hình tướng của sự vật có sự khác biệt.

Khi bạn hiểu như vậy, bạn sẽ thấy mọi thứ chỉ như giấc mộng hay ảo ảnh. Bạn sẽ biết quý cái "không có bản chất" đó của mọi pháp và bạn có thể giảm thiểu được tham đắm và sân hận. Vì vạn pháp đều không, nên không có gì mất hay còn, được hay thua. Đạt Lai Lạt Ma thứ 7 khi giảng về bản chất thực tại đã nói rằng các thứ "sắc, thanh, hương... biểu hiện ra vì có 6 giác quan (Lục căn). Dù bề ngoài, ta thấy bao nhiêu cảnh sắc đẹp đẽ phong phú đấy nhưng thực chất của nó không giống cái bên ngoài. Đối với tâm bạn, mọi thứ đều như có tự tánh, đó là vì tâm bạn bị ngăn che, si mê. Chúng ta cần phải hiểu như vậy, và do đó biết rằng những gì hiện ra trong tâm ta đều do cái Si đầy quyền lực in ấn lên tâm ta mà thôi. Khi có một ảnh tượng nào hiện ra trong tâm mà ta biết thực ra nó không hiện hữu như hình tướng ta thấy, thì ta sẽ không bị thất vọng."

Khi ta đối diện với cảm thọ vui hay buồn mà nhìn vào được thực chất của nó, thì có cái gì để ta sung sướng hay thất vọng đâu? Ta vướng mắc với ai và tại sao ta lại vướng mắc? Ta thường cho là người này ở trên, kẻ kia ở dưới, bạn thì thân tình, kẻ thù thì dễ ghét...Nhưng chính ta, ta nên coi tất cả họ đều là giấc mộng, là ảo giác, và ta nên có thái độ bình đẳng với tất cả mọi người. Như vậy, không phải là ta không biết phân biệt tốt xấu hay những điều đó không hiện hữu. Dù thông thường ham muốn được coi là xấu, nhưng mong đạt tới Niết Bàn thì cũng là một ham muốn vậy. Theo ước lệ, Niết Bàn là thứ nên tiến tới trong khi cõi luân hồi là thứ nên bỏ đi. Vậy nên ta cần quán về Không. Và ta phải hiểu là không nên nhìn Niết Bàn hay Ta bà là những gì hiện hữu thật sự và có tự tánh độc lập. Chúng ta có bạn và kẻ thù. Những người tạo cho ta phúc lợi gọi là bạn, những người làm hại ta gọi là kẻ thù. Gọi là kẻ thù hay bạn không có gì hại, điều có hại là ta bị vướng mắc vào người mà ta gọi là bạn - họ thế nào ta cũng vẫn thương. Ta cũng sẽ lầm lẫn nếu ta luôn luôn giận ghét kẻ thù, coi họ là người hoàn toàn xấu ác. Thái độ đó là sai lầm. Hiểu được mọi chuyện đều chỉ biểu hiện ra như vậy là do nhiều nhân duyên kết hợp, ta sẽ coi mọi thứ đều huyễn ảo như giấc mộng mà thôi.

Chúng ta mong được hạnh phúc, và lại coi mình là một thực thể có tự tánh riêng biệt. Quan niệm sai lầm này làm cho ngã chấp ta nặng thêm. Những thái độ chấp ngã này tiềm ẩn tự nhiên và thoải mái trong tâm chúng ta, chúng ta luôn luôn nương tựa và cúi đầu trước cái tự ái đó như trước một vị thầy khả kính, và chúng ta vui lòng để nó ngự trị trong tâm ta. Hãy nhìn lại coi dấu vết của nó trong những tình huống chúng ta đã sống, đã trải qua. Chư Bụt coi những thái độ chấp ngã đó là kẻ thù khó chịu nhất. Các ngài chiến đấu thắng được nó nên đạt tới giải thoát.

Một số quý Thầy Kalampa nói về các thái độ chấp ngã như sau: "Dù cho toàn thể con người tôi bị ép dưới sức mạnh của khổ đau, tôi sẽ cố gắng dùng răng cắn vào các chấp ngã và xé chúng ra thành từng mảnh" Các ngài cũng đã thách đố chúng: "Ta nhìn thấy người rồi, ngã chấp ơi, mi mang tới cho ta bao nhiêu là vấn đề, ta phải đánh bại mi, bẻ cổ mi mới được!"

Thái độ chấp ngã cùng với quan niệm sai lầm về tự tánh các pháp luôn luôn mang khổ đau tới chúng ta. Vì vậy cho nên, dù ta luôn mong cầu hạnh phúc, ta vẫn chỉ gặp toàn vấn đề, khó khăn và đau khổ. Từ đầu, chúng ta đã sống như vậy. Có thể chúng ta đã sanh ra làm vua trời trong một kiếp nào đó, nhưng trong trường hợp ấy, cái ngã chấp cũng vẫn an ổn nằm sâu trong tâm thức ta. Vậy nên ta không có hạnh phúc lâu bền. Trong cõi luân hồi, ta không có niềm vui vĩnh hằng vì chấp ngã và khái niệm sai lầm về tự tánh.

Vì chấp ngã chúng ta bị quay liên tục trong vòng luân hồi. Dù có khi ta được hưởng sự an lạc tạm thời, nhưng nếu vô ý đi lầm đường, bị đọa vào những cõi thấp kém hơn, thì ta lại chỉ gặp toàn đau khổ. Những người tự coi là Phật tử thuần thành đã thọ các giới luật, thường cho mình là người hành trì tinh tấn. Nhưng nếu sự thật bạn vẫn bị chấp vào ngã và hiểu sai về tự tánh các pháp, bạn sẽ lầm tưởng mình là một con người đặc biệt. Bạn hành xử giống như một người chuyên cứu giúp người và đứng đó để làm chỗ nương tựa cho kẻ khác. Tự mãn như thế, bạn sẽ bị tái sanh vào chỗ không tốt sau này.

TÔI NGUYỆN GIÚP ĐỜI

Phương pháp thoát khổ là hiểu và quán chiếu vào

tánh cách trống rỗng, không có tự tánh của các pháp. Nếu bạn coi trọng pháp này, bạn sẽ được lợi lạc, sẽ đạt tới giải thoát và giác ngộ.

Trước hết là Văn: bạn phải nghe giảng về Pháp, rồi Tư và Tu: học hỏi, quán chiếu. Bạn ráng để hiểu được những căn bản của phép tu. và coi những điều giảng dạy đó là những lời khuyên quý báu. Kiến thức mà thôi không có ích lợi gì, bạn phải chuyên tâm tu tập. Khi nhập thất, nếu bạn chỉ ở trong căn phòng nhỏ để sống thoải mái và tiện nghi thì không phải là kiên trì tu học. Bạn phải thực tập nghiêm chỉnh thật sự.

Tôi nghe nói có những thiền sư ngồi thiền rất đẹp và rất lâu, nhưng họ hầu như không có tình cảm ấm áp đối với các thiền sinh. Tâm họ không cảm được những khổ đau hay an lạc của các chúng sanh khác. Có thể đó là vì họ luôn luôn thiền quán trong sự buông lơi. Khi quá buông lung tâm ý, thì họ không còn sáng suốt hay nhạy cảm nữa. Hoặc là thay vì quán về sự trống rỗng của tự tánh, họ lại quán về cái trống không hư vô nên mới không có cảm xúc?

Khi tu tập mà ta biến thành người không có trái tim, không quan tâm tới an vui, đau khổ của kẻ khác thì lối tu đó không tốt. Vậy thì, không phải chỉ trong lúc thiền quán, mà sau đó nữa, bạn nên luôn luôn có chánh niệm và tỉnh thức về ngũ quan của bạn. Luôn luôn quán chiếu tâm mình. Khi quán về tâm tỉnh thức chẳng hạn, bạn nên ca ngợi các tính thiện của người khác, dấu những đức tính của mình đi. Bạn cần nuôi dưỡng tín tâm cho mạnh và quán sát các hành nghiệp thập thiện. Nên tránh các sinh hoạt bất thiện và ồn ào, nên học hỏi và quán chiếu về ý nghĩa các lời kinh, và làm việc để giúp ích chúng sanh.

Tôi xin kết luận bằng mấy câu trong kinh Shantiveda mà tôi thường tụng hàng ngày:

"Khi còn thế giới
Khi còn chúng sanh
Tôi nguyện đời mình
Giúp người bớt khổ".

LỜI NGƯỜI DỊCH

(CHÂN HUYỀN)

Đây là cuốn sách thứ ba của Đức Đạt Lai Lạt Ma thứ 14 mà Chân Huyền dịch từ Anh ngữ sang Việt ngữ, trong thành ý vừa học hỏi, vừa cố gắng dịch ra tiếng Việt để có thêm người được biết tới những bài giảng Phật pháp vi diệu của ngài. Sau cuốn này Chân Huyền cũng có duyên được dịch thêm hai cuốn nữa (trong danh sách ghi dưới đây)

Đạt Lai Lạt Ma hiện nay được coi là một vĩ nhân của thế giới, đặc biệt ngài lại tỏ ra rất khiêm cung và giản dị, nụ cười an lạc lúc nào cũng nở trên môi con người đã chịu nhiều khổ đau đó. Ngài phải ly hương từ năm 1959, quê hương Tây tạng của ngài bị hiểm họa Cộng Sản Trung Quốc xâm lăng. Văn hóa Phật Giáo đang bị nhà cầm quyền phá hoại và dân chúng mất hết tự do, bị đàn áp và khổ đau cùng cực.

Đức Đạt Lai Lạt Ma bôn ba khắp nơi để vận động một cách hòa bình cho Tây Tạng trở thành một xứ tự lập, có tự chủ về tôn giáo nhưng chưa thấy dấu hiệu thành công. Tuy được dân chúng các nước cùng các nhà khoa học, trí thức và nhiều danh nhân hỗ trợ, người dân Tây Tạng vẫn đang phải trải qua nhiều thảm cảnh ngay trong xứ sở họ. Nhưng lòng tin của người dân Tây Tạng vào Phật giáo vẫn kiên cường. Bồ đề tâm của dân Tây Tạng cũng kiên cố như vị nguyên thủ của họ. Cùng với các Lạt Ma Tây Tạng tài giỏi khác, đức Đạt Lai Lạt Ma hiện đang hoằng pháp tích cực tại nhiều nước Âu Mỹ, mang an lạc, hạnh phúc tới cho nhiều người. Phật Giáo Tây Tạng cũng như Phật Giáo Việt Nam, qua đức độ của các vị chân tu, đang phát triển rất nhanh khắp thế giới.

Cuốn sách này được nhà xuất bản Văn Nghệ ấn hành lần đầu năm 1999, tái bản nhiều lần sau đó, nay do nhóm thiền Xóm Dừa (Nam California) tái bản, nhật báo Người Việt phát hành trên mạng lưới điện toán Nguoivietshop.com. Tiền lời bán sách sẽ được dùng để giúp các bé nghèo Việt Nam được đi học, trong chương trình Hiểu và Thương mà tăng thân Xóm Dừa đã hỗ trợ từ 15 năm qua.

Chân Huyền (Green Valley 2014)

SÁCH đã xuất bản
do Chân Huyền dịch thuật

1. *TỰ DO TRONG LƯU ĐÀY*, Đạt Lai Lạt Ma tự truyện - Freedom in Exile, Văn nghệ 1992 và tái bản nhiều lần - Tăng thân Xóm Dừa tái bản 2014 (18.00US)

2. *THẾ GIỚI HÒA ĐỒNG* -World in harmony- Hội luận của Đạt Lai Lạt Ma và 8 nhà tâm lý Hoa Ky - Văn Nghệ 1996 (hết)

3. *SỐNG HẠNH PHÚC, CHẾT BÌNH AN* - The Joy of living and dying in peace - Đạt Lai Lạt Ma 14, Làng Cây Phong in 1999 và tái bản nhiều lần.- Tăng thân Xóm Dừa tái bản 2014 (14.00US)

4. *CHUYỂN HÓA TÂM* - Transforming the Mind - Đạt Lai Lạt Ma 14, Làng Cây Phong xuất bản 2001, Tăng thân Xóm Dừa tái bản 2014 (14.00US)

5. *NGHỆ THUẬT SỐNG AN VUI* - The Art of Living & The Art of Happiness- Đạt Lai Lạt Ma 14 - Làng Cây Phong xuất bản 2004, 2006 (12.00US)

6. *KHÔNG DIỆT KHÔNG SINH, ĐỪNG SỢ HÃI* - No death, No fear - Thích Nhất Hạnh. Lá Bối xuất bản (14.00US)

Quý độc giả có thể mua 5 cuốn sách trên đây trực tiếp tại Báo Người Việt, số 14771 Moran Street - Westminster, CA 92683- USA; hoặc trên trang nguoivietshop.com, nôi với trang mạng của Amazon.com

www.ingramcontent.com/pod-product-compliance
Lightning Source LLC
LaVergne TN
LVHW041250080426
835510LV00009B/675